AF658896

ದೀಪಾ ಹಿರೇಗುತ್ತಿ

ಉತ್ತರ ಕನ್ನಡ ಜಿಲ್ಲೆಯ ಕುಮಟಾ ತಾಲೂಕಿನ ಹಿರೇಗುತ್ತಿಯಲ್ಲಿ ಜನನ. ತಂದೆ ರಾಮಚಂದ್ರ ನಾಯಕ ಹಾಗೂ ತಾಯಿ ಭಾಗೀರಥಿ ನಾಯಕ ಇಬ್ಬರೂ ಶಿಕ್ಷಕರು. ಶಿರಸಿ, ಧಾರವಾಡದಲ್ಲಿ ಓದು. ಕನ್ನಡ, ಇಂಗ್ಲಿಷ್ ಹಾಗೂ ಹಿಂದಿ ಭಾಷೆಗಳಲ್ಲಿ ಸ್ನಾತಕೋತ್ತರ ಪದವಿ. ಶಾಲಾ ಕಾಲೇಜು ದಿನಗಳಿಂದ ಚರ್ಚೆ, ಬರವಣಿಗೆ, ವಿದ್ಯಾರ್ಥಿ ಸಂಘಟನೆಯಲ್ಲಿ ಕ್ರಿಯಾಶೀಲರು. ಸದ್ಯ ಚಿಕ್ಕಮಗಳೂರು ಜಿಲ್ಲೆಯ ಕೊಪ್ಪದ ಪದವಿ ಪೂರ್ವ ಕಾಲೇಜಿನಲ್ಲಿ ಆಂಗ್ಲ ಭಾಷಾ ಉಪನ್ಯಾಸಕಿ. ಪತಿ ನ್ಯಾಯವಾದಿಯಾಗಿರುವ ಸುಧೀರ್ ಕುಮಾರ್ ಮುರೊಳ್ಳಿ ಹಾಗೂ ಮಕ್ಕಳು ಉತ್ಸವ್, ಉರ್ವಿ. ಕ್ರೈಸ್ಟ್ ಕಾಲೇಜು, ಪ್ರಜಾವಾಣಿ, ಸಂಚಯ, ಸಂಕ್ರಮಣ ಕವನ ಸ್ಪರ್ಧೆಗಳಲ್ಲಿ ಬಹುಮಾನ. 'ಪರಿಮಳವಿಲ್ಲದ ಹೂಗಳ ಮಧ್ಯೆ' ಪ್ರಕಟಿತ ಕವನ ಸಂಕಲನ. 'ನಾನು ನೀವು ಮತ್ತು' ಹಾಗೂ 'ಫೀನಿಕ್ಸ್' ಅಂಕಣ ಬರಹಗಳ ಸಂಗ್ರಹಗಳು. ಇವಲ್ಲದೇ 'ಅಪೂರ್ವ ರಾಜಕಾರಣಿ ಎಚ್.ಜಿ. ಗೋವಿಂದಗೌಡ' ಜೀವನಚರಿತ್ರೆ. 'ಬ್ರ್ಯಾಂಡ್ ಬಿಲ್ಡರ್ಸ್', 'ಸೋಲೆಂಬ ಗೆಲುವು' ಮುಂತಾದ ಪುಸ್ತಕಗಳನ್ನು ಬರೆದಿದ್ದಾರೆ.

'ನಾನು ನೀವು ಮತ್ತು' ಕೃತಿಗೆ ಕರ್ನಾಟಕ ಲೇಖಕಿಯರ ಸಂಘದ ಗೀತಾ ದೇಸಾಯಿ ದತ್ತಿ ಪ್ರಶಸ್ತಿ ಮತ್ತು ಧಾರವಾಡದ ಬೇಂದ್ರೆ ಪ್ರತಿಷ್ಠಾನದ ಬೇಂದ್ರೆ ಪುಸ್ತಕ ಬಹುಮಾನ ಲಭಿಸಿದೆ. ಇವರ ಲೇಖನಗಳು ಕರ್ನಾಟಕ ವಿಶ್ವವಿದ್ಯಾಲಯದ ಬಿ.ಎ. ವಿದ್ಯಾರ್ಥಿಗಳಿಗೂ, ಬೆಂಗಳೂರು ವಿಶ್ವವಿದ್ಯಾಲಯದ ಬಿ.ಸಿ.ಎ. ವಿದ್ಯಾರ್ಥಿಗಳಿಗೂ ಪಠ್ಯವಾಗಿವೆ. 'ಫೀನಿಕ್ಸ್'ಗೆ ಕನ್ನಡ ಸಾಹಿತ್ಯ ಪರಿಷತ್ತಿನ ನೀಲಗಂಗಾ ದತ್ತಿ ಪ್ರಶಸ್ತಿ, ಕರ್ನಾಟಕ ವಿದ್ಯಾವರ್ಧಕ ಸಂಘದ ಮಾತೋಶ್ರೀ ರತ್ನಮ್ಮ ಗ್ರಂಥ ಬಹುಮಾನ ಮತ್ತು ಉಮಾಶಂಕರ ಪ್ರತಿಷ್ಠಾನ ಪ್ರಶಸ್ತಿಗಳು ಲಭಿಸಿವೆ. 2021ರಲ್ಲಿ ಸಾಹಿತ್ಯ ಪರಿಷತ್ತು ಮತ್ತು ಬಿಎಂಟಿಸಿ ಜಂಟಿಯಾಗಿ ನೀಡುವ ಮಯೂರವರ್ಮ ಪ್ರಶಸ್ತಿ ಲಭಿಸಿದೆ.

ಫೀನಿಕ್ಸ್...

ಸೋಲಿಸಬಹುದು ಸೋಲಲಾರೆ!!

ದೀಪಾ ಹಿರೇಗುತ್ತಿ

ವೀರಲೋಕ

ವೀರಲೋಕ ಬುಕ್ಸ್ ಪ್ರೈ.ಲಿ.

207, 2ನೇ ಮಹಡಿ, 3ನೇ ಮೇನ್, ಚಾಮರಾಜಪೇಟೆ

ಬೆಂಗಳೂರು–560018. ಮೊಬೈಲ್: 70221 22121

ಇಮೇಲ್: veeralokabooks@gmail.com

ವೆಬ್‌ಸೈಟ್: www.veeralokabooks.com

PHOENIX

A collection of articles by **Deepa Hiregutti**

Published by:
VEERALOKA BOOKS PVT. LTD.
207, 2nd Floor, 3rd Main
Chamarajpet, Bengaluru - 560018

Mobile : +91 7022122121
E-mail : veeralokabooks@gmail.com
Website: www.veeralokabooks.com

Price : Rs. 120/-
Pages : 96
First Impression : 2018
Fifth Impression : 2023

Paper used : 70 GSM NS Maplitho
Book size : 1/8th Demy

ISBN : 978-93-94942-40-0

Cover page illustration by : Prashanth Vitla
Inner pages illustration by : Vijaya Vikram

ಅರ್ಪಣೆ

ಸೋತು ಸುಣ್ಣವಾದರೂ,
ಭರವಸೆಯನ್ನು
ಕಳೆದುಕೊಳ್ಳದೇ ತುಟಿಕಚ್ಚಿ
ಗೆಲುವಿನ ಗೆರೆ ದಾಟಿ ಅಸಂಖ್ಯ
ಜೀವಗಳಿಗೆ ಸ್ಫೂರ್ತಿಯ
ಸೆಲೆಯಾದ ಜಗತ್ತಿನ ಎಲ್ಲ
ಖ್ಯಾತ, ಅನಾಮಧೇಯ
ಛಲದಂಕಮಲ್ಲ ಮಲ್ಲಿಯರಿಗೆ...

ಆಯ್ಕೆಗಳು ರೂಪಿಸುತ್ತವೆ ನಮ್ಮನ್ನು...

We make our choices, then our choices make us. 'ಆಯ್ಕೆ' ಎನ್ನುವುದು ಬದುಕಿನ ಎಲ್ಲ ಸಂದರ್ಭದಲ್ಲೂ ಇರುವಂತಹುದು. ಫ್ರಾಸ್ಟ್ ಹೇಳುವಂತೆ ನಾವು ಆಯ್ಕೆ ಮಾಡುವ ದಾರಿಯೇ ಬದುಕಿನಲ್ಲಿ ಎಲ್ಲ ವ್ಯತ್ಯಾಸವನ್ನೂ ಮಾಡುತ್ತದೆ. ಇಲ್ಲಿ ದಾರಿ ಎನ್ನುವುದು ಒಂದು ರೂಪಕವಷ್ಟೇ. ಮಸಾಲಾಪುರಿ ತಿನ್ನಬೇಕೋ ಪಾನಿಪುರಿ ತಿನ್ನಬೇಕೋ ಎನ್ನುವ ಸರಳ ಆಯ್ಕೆಗಳಿಂದ ಹಿಡಿದು ವಿದ್ಯಾಭ್ಯಾಸ, ಉದ್ಯೋಗ, ಸಂಗಾತಿ ಎಲ್ಲವೂ ಈ ಆಯ್ಕೆಯೆಂಬ ಪ್ರಕ್ರಿಯೆಯಲ್ಲಿ ಬರುವಂತವುಗಳೇ. ಬದುಕಿನ ಬಹಳ ಕ್ಲಿಷ್ಟ ಸಂದರ್ಭ ಯಾವುದೆಂದರೆ ಮುಂದಿನ ಹಾದಿಯನ್ನು ಆಯ್ಕೆ ಮಾಡುವುದು. ಕವಲು ಹಾದಿಯಲ್ಲಿ ನಿಂತು ನಿರ್ಣಯ ತೆಗೆದುಕೊಳ್ಳುವ ಪ್ರಸಂಗ ತುಂಬ ಗಂಭೀರವಾದಂತಹುದು. ಅದೃಷ್ಟವಲ್ಲ, ಆಯ್ಕೆಯೇ ನಮ್ಮ ಬದುಕನ್ನು ನಿರ್ಧರಿಸುವ ಅಂಶ ಎಂದು ಅದಕ್ಕೇ ಅರಿಸ್ಟಾಟಲ್ ಹೇಳಿದ್ದು.

ಎಲ್ಲರೂ ಪಯಣಿಸುವ ಹಾದಿಯನ್ನೇ ಬಹಳ ಜನರು ಆಯ್ಕೆ ಮಾಡಿಕೊಳ್ಳುತ್ತಾರೆ. ಕಾರಣ ಇದು ಸುಲಭವಾದ ಹಾದಿ. ಇದರಲ್ಲಿ ರಿಸ್ಕ್‌ಗಳು ಕಡಿಮೆ. ಅದಾಗಲೇ ಹಲವಾರು ಜನ ಸಾಗಿಹೋಗಿರುವುದರಿಂದ ದಾರಿಯ ಸಂಪೂರ್ಣ ಚಿತ್ರಣ, ತಲುಪುವ ಗುರಿ, ಹೋಗಿ ಮುಟ್ಟಬಹುದಾದ ಸಮಯ, ಸಿಗುವ ಜತೆಗಾರರು ಎಲ್ಲದರ ಬಗ್ಗೆಯೂ ಮಾಹಿತಿ ಸರಿಸುಮಾರಾಗಿ ಸಿಗುತ್ತದೆ. ಹೆಜ್ಜೆಹೆಜ್ಜೆಗೂ ಮಾರ್ಗದರ್ಶನ ಸಿಗುತ್ತದೆ. ಹೆಚ್ಚು ತಲೆಬಿಸಿಯಿಲ್ಲದೇ ಸಾಗಿಬಿಡಬಹುದಾದ ದಾರಿಯದು.

ಹಿಮಪರ್ವತದ ನೆತ್ತಿಯಲ್ಲಿ ಹೆಚ್ಚಿಗೆ ಜನಜಂಗುಳಿ ಇರುವುದಿಲ್ಲ. ಕಾರಣ ಅಲ್ಲಿಗೆ ತಲುಪುವ ದುರ್ಗಮ ಹಾದಿಯನ್ನು ಆಯ್ಕೆ ಮಾಡಿಕೊಳ್ಳುವವರು ಬಹಳ ಕಡಿಮೆ. ಹಾಗಾಗಿಯೇ ಯಾರೂ ನಡೆಯದ ಹಾದಿಯನ್ನು ಆಯ್ಕೆ ಮಾಡಿಕೊಂಡಿರುವವರ ಯಶಸ್ಸು ಕೂಡ ವಿಭಿನ್ನವಾಗಿಯೂ ವಿಶಿಷ್ಟವಾಗಿಯೂ ಇರುತ್ತದೆ. ನಾನೂರ ಐವತ್ತು ಎಕರೆ ಫಲವತ್ತಾದ ಜಮೀನಿನ ಒಡೆಯರಾಗಿ, ಪ್ರಖ್ಯಾತ ವಕೀಲರಾಗಿ ಐಷಾರಾಮೀ ಜೀವನ ನಡೆಸಬಹುದಾಗಿದ್ದ ಬಾಬಾ ಆಮ್ಟೆ ಕುಷ್ಠರೋಗಿಗಳ ಉದ್ಧಾರಕ್ಕಾಗಿ ತಮ್ಮ ಇಡೀ ಜೀವನವನ್ನೇ ಮುಡಿಪಾಗಿಟ್ಟು ಸಂತನಂತೆ ಬದುಕಿದರು. ವೈದ್ಯರಾದ ಅವರ ಪುತ್ರ ಮತ್ತು ಸೊಸೆ ಕೂಡ ಈ ವಿರಳ ಹಾದಿಯಲ್ಲೇ ಸಾಗುತ್ತಿರುವುದೂ ವಿಶಿಷ್ಟವೇ. ಸಮಾಜದ ಕಣ್ಣಿಗೆ ಸುಖ, ಸ್ಥಾನಮಾನ ಎಲ್ಲವೂ ಇರುವ ಹುದ್ದೆಗಳನ್ನು ಬಿಟ್ಟು ತಮ್ಮ ಮನಸ್ಸಿಗೆ ಖುಷಿ ಕೊಡುವ ಕೆಲಸವನ್ನು ಮಾಡುವವರೂ ಕಾಣಸಿಗುತ್ತಾರೆ.

ನಮ್ಮ ಸುರಕ್ಷಿತ ವಲಯ(comfort zone)ದ ಹೊರಗಡೆಯೇ ಸಾಧನೆಗಳು ಪ್ರಾರಂಭವಾಗುತ್ತವೆ ಎಂಬ ಮಾತು ಎಷ್ಟು ಸತ್ಯ! ನೀನು ಬದುಕಿನಲ್ಲಿ ಬಯಸುವುದೆಲ್ಲ ನಿನ್ನ ಕಂಫರ್ಟ್ ಝೋನ್‌ನಿಂದ ಒಂದು ಹೆಜ್ಜೆ ಹೊರಗಿದೆ ಎನ್ನುವ ಮಾತಿದೆ! ನಿಜಕ್ಕೂ ನಮ್ಮ ನಿಜವಾದ ಬದುಕು ಶುರುವಾಗುವುದೇ ಈ ವಲಯದ ಹೊರಗೆ! ಹಿಂದೆಂದೂ ಪಡೆಯಲಾಗದ್ದನ್ನು ಪಡೆಯಲು ಹಿಂದೆಂದೂ ಮಾಡದುದನ್ನೇ ಮಾಡಬೇಕು! ಏಕೆಂದರೆ ಹೆಚ್ಚು ಉಪಯೋಗಿಸಲ್ಪಡದ ಹಾದಿಯನ್ನು ಆಯ್ಕೆ ಮಾಡಿಕೊಳ್ಳುವುದಕ್ಕೆ ವಿಶಿಷ್ಟವಾದ ಸಾಮರ್ಥ್ಯವಿರಬೇಕಾಗುತ್ತದೆ. ಮುಂದಿನ ಗುರಿಯ ಅರಿವಿಲ್ಲದೇ, ಯಾರ ಅನುಭವದ ಕೈದೀವಿಗೆಯೂ ಇಲ್ಲದೇ ಸಾಗುವುದು ಅಷ್ಟು ಸುಲಭವಲ್ಲ. ಸ್ವತಂತ್ರವಾಗಿ ಆಲೋಚಿಸುವ ಸಾಮರ್ಥ್ಯ, ಅಡೆತಡೆಗಳನ್ನು ಮೀರುವ ಎದೆಗಾರಿಕೆ, ಎಂತಹ ಪರಿಸ್ಥಿತಿಗೂ ತಯಾರಾಗುವ ಚಾಲೆಂಜಿಂಗ್ ಸ್ವಭಾವ ಎಲ್ಲವೂ ಸೇರಿದರೆ ಮಾತ್ರ ಮನುಷ್ಯನೊಬ್ಬ ಬದುಕಿನಲ್ಲಿ ಕಠಿಣ ಹಾದಿಯನ್ನೇ ಆಯ್ಕೆ ಮಾಡಿಕೊಳ್ಳಲು ಸಾಧ್ಯ.

ಆಯ್ಕೆ ಎನ್ನುವ ಶಬ್ದದಲ್ಲಿಯೇ ಅವಕಾಶವೂ ಇದೆ. ನೋವು, ನಿರಾಶೆ, ಸೋಲು, ಸಂಕಟ ಇವೆಲ್ಲ ಬದುಕಿನಲ್ಲಿ ಅನಿವಾರ್ಯ. ಆದರೆ ಅದನ್ನು ತಲೆಯ ಮೇಲೆ ಹೊತ್ತುಕೊಂಡು ಕುಗ್ಗಿ ಹೋಗುವುದೋ ಅಥವಾ ಸಮಚಿತ್ತದಿಂದ ಯೋಚಿಸಿ ಮುಂದಿನ ದಾರಿ ಹುಡುಕುವುದೋ ಎಂಬುದು ನಮ್ಮ ಆಯ್ಕೆ. ಸಂತಸ ಎನ್ನುವುದೂ ನಮ್ಮ ಆಯ್ಕೆಯೇ. ಒತ್ತಡ ನಮ್ಮ ಮೇಲೆ ಪರಿಣಾಮ ಬೀರದಂತೆ ನೋಡಿಕೊಳ್ಳುವುದು ಕೂಡ ನಮ್ಮದೇ ಆಯ್ಕೆ. ನಮ್ಮ ಮನದ ಅಂಗಳದಲ್ಲಿ ರಾಶಿಯಾಗಿ ಬಿದ್ದಿರುವ ಪ್ರೇಮ, ಕೋಪ, ಕರುಣೆ, ಅಹಂಕಾರ ಇತ್ಯಾದಿ ಕಲ್ಲುಗಳು ನಮ್ಮ ಆಯ್ಕೆಯಲ್ಲ. ಆದರೆ ಕೋಪ, ಅಹಂಕಾರಗಳ ಕಲ್ಲುಗಳನ್ನುಪಯೋಗಿಸಿ ನಮ್ಮ ಸುತ್ತ ಗೋಡೆ ಕಟ್ಟಿಕೊಳ್ಳುತ್ತೇವೆಯೋ ಅಥವಾ ಪ್ರೇಮ ಕರುಣೆಗಳಿಂದ ಮನಸ್ಸುಗಳ ನಡುವೆ ಸೇತುವೆ ಕಟ್ಟುತ್ತೇವೆಯೋ ಇದು ನಮ್ಮ ಆಯ್ಕೆ. ಬಹಳ ಮಂದಿ ತಮ್ಮ ಬದುಕು ಹಣೆಬರಹದ ಮೇಲೆ, ಅದೃಷ್ಟದ ಮೇಲೆ ನಿರ್ಧಾರಿತವಾಗುತ್ತದೆಂದು ತಿಳಿದುಕೊಂಡಿರುತ್ತಾರೆ. ಆದರೆ ಬದುಕಿನಲ್ಲಿ ನಮ್ಮ ಆಯ್ಕೆಗಳೇ ನಮ್ಮ ಅದೃಷ್ಟವನ್ನು ನಿರ್ಧರಿಸುತ್ತವೆ, ಹಣೆಬರಹವನ್ನು ಬರೆಯುತ್ತವೆ...

ಕೆಲವರು ಕಷ್ಟಪಡುವುದನ್ನು, ಯಾವುದೇ ಒಂದು ವಿಚಾರಕ್ಕೆ ತಮ್ಮ ಸಾಮರ್ಥ್ಯದ ನೂರು ಶೇಕಡಾವನ್ನು ಕೊಡುವುದನ್ನು ತಮ್ಮ ಆಯ್ಕೆಯನ್ನಾಗಿ ಮಾಡಿಕೊಳ್ಳುತ್ತಾರೆ ಮತ್ತು ಅದಕ್ಕೆ ತಕ್ಕಂತಹ ಬಹುಮಾನವನ್ನೂ ಪಡೆಯುತ್ತಾರೆ. ಮೇಲ್ಮಟ್ಟವನ್ನೂ ತಲುಪುತ್ತಾರೆ. ಮಜವೆಂದರೆ ಬಹುತೇಕರು ಈ ಮೇಲಿನವರ ಕುರಿತು ಅಸೂಯೆ ಪಡುತ್ತಾರೆ. ತಾವೂ ಅವರಂತಾಗಬೇಕೆಂದು ಬಯಸುತ್ತಾರೆ.

ಆದರೆ ಆ ಶ್ರಮ ಅವರ ಆಯ್ಕೆಯಾಗಿರುವುದಿಲ್ಲ. ಶ್ರಮ ಮತ್ತು ಕಷ್ಟಸಹಿಷ್ಣುತೆಯ ಆಯ್ಕೆಯೇ ಎಲ್ಲ ವ್ಯತ್ಯಾಸಗಳನ್ನೂ ಮಾಡಿದ್ದೆಂದು ಇಂತಹವರಿಗೆ ಗೊತ್ತಿರುತ್ತದೆ ಕೂಡ.

ಆದರೆ ಕೆಲವು ಕ್ಲಿಷ್ಟ ಸಂದರ್ಭದಲ್ಲಿ ನಮ್ಮೆದುರು ಆಯ್ಕೆಗಳೇ ಇರುವುದಿಲ್ಲ. ಅಪಾಯಕ್ಕೆ ನೇರವಾಗಿ ಮುಖಾಮುಖಿಯಾಗುವ ಸಂದರ್ಭವದು. ಗಟ್ಟಿಗೊಳ್ಳಲೇಬೇಕಾದ ಅನಿವಾರ್ಯತೆ ಬಂದೊದಗಿದಾಗಲೇ ನಾವೆಷ್ಟು ಗಟ್ಟಿ ಎನ್ನುವುದರ ಅರಿವಾಗುತ್ತದೆಯಂತೆ.

ಈ ಪುಸ್ತಕದಲ್ಲಿ ವಿಭಿನ್ನ ಎನ್ನುವ ಆಯ್ಕೆಗಳನ್ನು ಮಾಡಿಕೊಂಡು ತಮ್ಮ ಗುರಿ ಸಾಧಿಸಿದ ಸಾಹಸಿಗಳ ಸಾಧನೆಯ ಚಿತ್ರಣವಿದೆ. ಅಂತಹ ಸಾಧನೆಗೆ ಸ್ಫೂರ್ತಿಯಾಗುವಂತಹ ಕೆಲವು ಲೇಖನಗಳೂ ಇವೆ. ಇಲ್ಲಿನ ಲೇಖನಗಳನ್ನು ಒಮ್ಮೆಲೇ ಮೊದಲಿನಿಂದ ಕೊನೆಯವರೆಗೂ ಓದಬೇಡಿ. ನಿಧಾನವಾಗಿ ಒಬ್ಬೊಬ್ಬರದೇ ಕತೆಯನ್ನು ಓದಿ ಅವರ ಸಾಧನೆಯನ್ನು ಮನಸ್ಸಿನೊಳಗಿರಿಸಿಕೊಳ್ಳಿ. ಬಂದರಿನಲ್ಲಿ ನಿಂತಾಗ ಹಡಗು ಅತ್ಯಂತ ಸುರಕ್ಷಿತ. ಆದರೆ ಅದು ನಿರ್ಮಿಸಲ್ಪಟ್ಟಿದ್ದು ನಿಲ್ಲಲೆಂದಲ್ಲ, ಅಂತ್ಯವಿಲ್ಲದ ಸಾಗರದ ನಡುವೆ ಏರಿಳಿವ ತೆರೆಗಳನ್ನು ಸೀಳಿ ಮುನ್ನಡೆಯಲು ಎಂಬುದು ನಮಗೆಲ್ಲ ಗೊತ್ತಿದೆ. ಕನಸುಗಳೂ ಇವೆ. ಆದರೆ ಇಚ್ಛಾಶಕ್ತಿಯ ಕೊರತೆ ನಮ್ಮನ್ನು ಮುಂದುವರೆಯಲು ಬಿಡುವುದಿಲ್ಲ. ಅಂತಹ ನಿರಾಸೆ ಆವರಿಸಿದಾಗ, ಬದುಕಿನ ಈ ಸ್ಪರ್ಧಾತ್ಮಕತೆಯ ಕಡಲಲ್ಲಿ ಹುಟ್ಟುಹಾಕಲಾಗದೇ ಕೈ ಸೋತಾಗ ಇಂತಹ ಸಾಧಕರ ಸಾಧನೆ ಸ್ಫೂರ್ತಿಯಾಗಿ ರೆಟ್ಟೆಗಳಿಗೆ ಬಲ ತುಂಬಲಿ. ನಿಮ್ಮ ಬದುಕಿನ ಅಂತಹ ಸಂದರ್ಭಗಳನ್ನು ಈ ಕೆಳಗಿನ ಮಿಂಚಂಚೆ ವಿಳಾಸಕ್ಕೆ ಬರೆದು ಕಳಿಸಿ. ಯಾರಿಗೆ ಗೊತ್ತು ನಾಳೆ ನಿಮ್ಮ ಕತೆಯೂ ಲಕ್ಷಾಂತರ ಮಂದಿಗೆ ದಾರಿ ದೀವಿಗೆಯಾಗಬಹುದು. ಶುಭವಾಗಲಿ.

–ದೀಪಾ ಹಿರೇಗುತ್ತಿ
deepahiregutti@gmail.com

ಕೃತಜ್ಞತೆಗಳು...

ಹತ್ತು ವರ್ಷಗಳ ಕಾಲ ನನ್ನ ಅಂಕಣವನ್ನು ಪ್ರಕಟಿಸಿದ ವಿಜಯವಾಣಿ ಪತ್ರಿಕೆಗೆ ಮತ್ತು ಅದರ ಸಂಪಾದಕರಿಗೆ,

ತಮ್ಮ ಪ್ರೋತ್ಸಾಹದ ಮೂಲಕ ನನ್ನಲ್ಲಿ ಸದಾ ಸ್ಫೂರ್ತಿ ತುಂಬುತ್ತ ಹಲವಾರು ಬಾರಿ 'ಫೀನಿಕ್ಸ್'ಗೆ ಟಾಪ್ ಟೆನ್ ಪಟ್ಟಿಯಲ್ಲಿ ಜಾಗ ಸಿಗುವಂತೆ ಮಾಡಿದ ಓದುಗ ಮಿತ್ರರಿಗೆ,

ಈ ಪುಸ್ತಕದ ಐದನೇ ಆವೃತ್ತಿಯನ್ನು ಪ್ರಕಟಿಸುತ್ತಿರುವ, ಕನ್ನಡ ಪುಸ್ತಕಗಳ ಪ್ರಕಾಶನದಲ್ಲಿ ಹೊಸತನ ತುಂಬುತ್ತಿರುವ ವೀರಲೋಕಕ್ಕೆ ಮತ್ತು ಆತ್ಮೀಯರಾದ ವೀರಕಪುತ್ರ ಶ್ರೀನಿವಾಸ ಅವರಿಗೆ,

ಬಹು ಆಸಕ್ತಿಯಿಂದ ಈ ಪುಸ್ತಕವನ್ನು ಮೊದಲು ಮುದ್ರಿಸಿದ ತಾರಾನಾಥ್ ಭದ್ರಾವತಿ ಅವರಿಗೆ,

ಈ ಪುಸ್ತಕಕ್ಕೆ ನೀಲಗಂಗಾ ದತ್ತಿ ಪ್ರಶಸ್ತಿ ನೀಡಿದ ಕನ್ನಡ ಸಾಹಿತ್ಯ ಪರಿಷತ್ತಿಗೆ, ಮಾತೋಶ್ರೀ ರತ್ನಮ್ಮ ಗ್ರಂಥ ಬಹುಮಾನ ನೀಡಿದ ಕರ್ನಾಟಕ ವಿದ್ಯಾವರ್ಧಕ ಸಂಘಕ್ಕೆ ಮತ್ತು ಉಮಾಶಂಕರ ಪ್ರತಿಷ್ಠಾನ ಪ್ರಶಸ್ತಿ ನೀಡಿದ ಸಂಘಟಕರಿಗೆ,

ನನ್ನ ಬದುಕಿನ ಅರ್ಥವಂತಿಕೆಯನ್ನು ಹೆಚ್ಚಿಸುತ್ತಿರುವ ಆಪ್ತ ಸ್ನೇಹ ಬಳಗಕ್ಕೆ ಮತ್ತು ನಮ್ಮವಳು ಎಂಬ ಅಭಿಮಾನ ತೋರುವ ಹಿರೇಗುತ್ತಿ ಮತ್ತು ಕೊಪ್ಪದ ಜನತೆಗೆ

ಮತ್ತು

ಯಾವತ್ತೂ ನನಗೆ ಬೆಂಬಲವಾಗಿರುವ ಕುಟುಂಬದ ಎಲ್ಲ ಸದಸ್ಯರಿಗೆ ನನ್ನ ಕೃತಜ್ಞತಾಪೂರ್ವಕ ವಂದನೆಗಳು.

ಪ್ರೀತಿಯಿಂದ,

–ದೀಪಾ ಹಿರೇಗುತ್ತಿ

ಪ್ರಕಾಶಕರ ಮಾತು

ಓದುಗ ಇರುವ ಕಡೆಯೇ ಕನ್ನಡ ಪುಸ್ತಕಗಳು ಸಿಗುವಂತಾಗಬೇಕೆಂಬ ಮಹತ್ವಾಕಾಂಕ್ಷೆಯಿಂದ ಶುರುವಾದ ವೀರಲೋಕ ಪ್ರಕಾಶನ ಸಂಸ್ಥೆಯು ಕೇವಲ 8 ತಿಂಗಳಲ್ಲಿ ಹಲವು ಹೊಸತನಗಳ ಮೂಲಕ ಕನ್ನಡಿಗರ ಮೆಚ್ಚಿನ ಸಂಸ್ಥೆಯಾಗಿ ರೂಪುಗೊಂಡಿದ್ದು ತಮಗೆಲ್ಲ ಗೊತ್ತಿದೆ. ಮೆಡಿಕಲ್ ಶಾಪ್, ದಿನಸಿ ಅಂಗಡಿ, ಹೋಟೆಲ್, ಮಾಲ್, ಥಿಯೇಟರ್ ಹೀಗೆ ಎಲ್ಲೆಲ್ಲಿ ಸಾಧ್ಯವೋ ಅಲ್ಲೆಲ್ಲಾ ಪುಸ್ತಕದ ಸ್ಟಾಂಡ್ಗಳನ್ನು ಇಟ್ಟು ಕಟ್ಟ ಕಡೆಯ ಓದುಗನಿಗೂ ಪುಸ್ತಕಗಳು ಸುಲಭವಾಗಿ ಸಿಗುವಂತೆ ಮಾಡಲಾಗುತ್ತಿದೆ. ಜೊತೆಗೆ ಕನ್ನಡ ಪುಸ್ತಕಗಳಿಗಾಗಿ ಕಾಲ್ ಸೆಂಟರ್, ಮಧ್ಯರಾತ್ರಿಯಲ್ಲಿ ಪುಸ್ತಕ ಬಿಡುಗಡೆ ತರಹದ ಕಾರ್ಯಕ್ರಮಗಳ ಮೂಲಕ ಓದಿನ ಕಡೆ ಯುವ ಸಮೂಹವನ್ನು ಸೆಳೆಯುವ ಪ್ರಯತ್ನಗಳನ್ನು ಜಾರಿಯಲ್ಲಿಟ್ಟಿದ್ದೇವೆ.

ಅದರ ಜೊತೆಗೆ ಉತ್ತಮ ಕೃತಿಗಳನ್ನು ಪ್ರಕಟಿಸುವುದನ್ನೂ ನಾವು ನಮ್ಮ ಈ ಪುಸ್ತಕ ಪ್ರೀತಿ ಹಂಚುವ ಅಭಿಯಾನದ ಭಾಗವಾಗಿಸಿಕೊಂಡಿದ್ದೇವೆ. ಇದುವರೆಗೆ 33ಕ್ಕೂ ಹೆಚ್ಚು ಚಂದದ ಕೃತಿಗಳನ್ನು ಕನ್ನಡ ಸಾರಸತ್ವ ಲೋಕಕ್ಕೆ ಅರ್ಪಿಸಿ ಧನ್ಯತೆ ಅನುಭವಿಸಿದ್ದೇವೆ. ದೀಪಾ ಹಿರೇಗುತ್ತಿ ಅವರ ಈ 'ಫೀನಿಕ್ಸ್' ಪುಸ್ತಕದ ಪ್ರಕಾಶಕರು ಆತ್ಮೀಯರಾದ ತಾರಾನಾಥ್ ಭದ್ರಾವತಿ ಅವರು. ನಾಲ್ಕು ಮುದ್ರಣಗಳು ಅವರ ಪ್ರಕಾಶನದ ಅಡಿಯಲ್ಲಿಯೇ ಪ್ರಕಟವಾದವು. ಕಾರಣಾಂತರಗಳಿಂದ ಅವರು ಪ್ರಕಾಶನವನ್ನು ಮುಂದುವರಿಸುವುದು ಸಾಧ್ಯವಿಲ್ಲವೆಂದು ಹೇಳಿದ ಕಾರಣ ಐದನೇ ಮುದ್ರಣವನ್ನು ವೀರಲೋಕ ಕೈಗೆತ್ತಿಕೊಂಡಿದೆ.

'ಹಡಗು ಸಮುದ್ರಕ್ಕಿಂತ ದಡದಲ್ಲಿಯೇ ಹೆಚ್ಚು ಸುರಕ್ಷಿತ' ಆದರೆ ಅದು ತಯಾರಾಗಿದ್ದು ದಡದಲ್ಲಿ ವಿಶ್ರಮಿಸೋಕಲ್ಲವಲ್ಲ! ಇಂತಹ ಮಾತುಗಳನ್ನು ದೀಪಾ ಹಿರೇಗುತ್ತಿ ಅವರ ಕೃತಿಗಳಲ್ಲಿ ಓದುವುದೇ ಒಂದು ಖುಷಿ. ನಮ್ಮ ನೂರೆಂಟು ನೋವು, ಹತಾಶೆ, ಬೇಸರವನ್ನು ಅವರ ಬರಹಗಳು ಕ್ಷಣಮಾತ್ರದಲ್ಲಿ ದೂರಮಾಡಬಲ್ಲಂತಹ ಶಕ್ತಿಯನ್ನು ಹೊಂದಿರುತ್ತವೆ. ಕಳೆದ ಎಂಟು ವರ್ಷಗಳಿಂದ ನಾನು ಅವರ ಬರಹಗಳನ್ನು ಓದುತ್ತಿದ್ದೇನೆ. ಅವರ ಬರಹಗಳನ್ನು ಓದುವುದೇ ಖುಷಿ ಎನಿಸುವಾಗ ಅವರ ಕೃತಿಯನ್ನು ಪ್ರಕಟಿಸುವುದಾದರೆ ನನ್ನೊಳಗಿನ ಸಂಭ್ರಮ ಎಷ್ಟಿರಬಹುದು!

ಆ ಸಂಭ್ರಮ ಮತ್ತು ಖುಷಿ ವೀರಲೋಕದ ಈ 33ನೇ ಕೃತಿಯನ್ನು ಓದುವ ಮೂಲಕ ನಿಮ್ಮದೂ ಆಗಲಿ.

ನಿಮ್ಮ,

–ವೀರಕಪುತ್ರ ಶ್ರೀನಿವಾಸ

ಪರಿವಿಡಿ

ಜೀವನವನ್ನು ಪ್ರೀತಿಸೋಣ ಉತ್ಕಟವಾಗಿ

■ ನಾವು ತುಂಬು ಖುಷಿಯಿಂದ, ಉತ್ಸಾಹದಿಂದ, ಸಾಗರದ ಅಲೆಗಳ ಮೇಲೆ ಡಾಲ್ಫಿನ್‌ಗಳಂತೆ ತೇಲುವ ಅನುಭವವನ್ನು ಪಡೆಯುವ ಕಾತರದಿಂದ, ಗುರಿಯನ್ನು ತಲುಪುವ ಖುಷಿಯೊಂದಿಗೆ ಪ್ರಯಾಣದ ಆನಂದವನ್ನೂ ಅನುಭವಿಸುವ ಕನಸಿನೊಂದಿಗೆ ಪ್ರಯಾಣಿಸುತ್ತಿರುವ ಹಡಗು ಸಮುದ್ರದ ನಡುವೆಯೇ ಟೈಟಾನಿಕ್‌ನಂತೆ ಮುಳುಗಲಾರಂಭಿಸಿದರೆ?? ಇದ್ದಕ್ಕಿದ್ದಂತೆ ನಾವೆಲ್ಲ ಹುಚ್ಚು ಎನಿಸುವ ಭ್ರಾಂತ ಸ್ಥಿತಿಗೆ ತಲುಪಿಬಿಡುತ್ತೇವೇನೋ! ದೇವರು ಇಲ್ಲ ಎಂದು ಭಾಷಣ ಬಿಗಿಯುವವರೂ ಪಕ್ಕಾ ಆಸ್ತಿಕರಾಗಿ ಬಿಡಬಹುದೇನೋ!!

ಆದರೆ ಇನ್ನೂ ಕೆಲವರಿದ್ದಾರೆ. ಹಡಗು ಒಡೆದರೆ ಲೈಫ್ ಬೋಟ್‌ನಲ್ಲಿ ಕುಳಿತುಕೊಂಡು ಹಾಡುವ ಅವಕಾಶ ಸಿಗುತ್ತದಲ್ಲಾ ಎಂದುಕೊಳ್ಳುವವರು. ಹಡಗಿಗೆ ಏನೂ ಆಗದಿದ್ದರೆ ಲೈಫ್ ಬೋಟ್‌ನಲ್ಲಿ ಸುಮ್ಮನೆ ಹೋಗಿ ಕೂರುವವರಾದರೂ ಯಾರು? ಪುಟ್ಟ

ದೋಣಿಯಲ್ಲಿಯೇ ಭಯಪಡದೇ ವಿಶಾಲ, ಕೊನೆಯಿಲ್ಲವೆನಿಸುವ ಕಡಲಿನ ಪಯಣವನ್ನು ನಡೆಸುವ ತಾಕತ್ತು ಹುಮ್ಮಸ್ಸು ಎಲ್ಲರಿಗೂ ಇರುವುದಿಲ್ಲ. ಬಿರುಗಾಳಿಗೆ ದೋಣಿ ಮಗುಚಿಕೊಳ್ಳುವ, ಬೃಹತ್ ಶಾರ್ಕ್‌ಗಳ ಬಾಯಿಗೆ ರಸಗವಳವಾಗುವ, ಕುಡಿಯಲು ನೀರು, ತಿನ್ನಲು ಆಹಾರವಿಲ್ಲದೇ ಉಪವಾಸ ಸಾಯುವ ಭಯಾನಕತೆಯನ್ನೇ ಕಲ್ಪಿಸಿಕೊಂಡು ಗತಃಪ್ರಾಣರಾಗುವವರೇ ಜಾಸ್ತಿ. ಅಂತಹುದ್ದರಲ್ಲಿ ಆಯಿಷಾ ಚೌಧರಿ ಎಂಬ ಪುಟ್ಟ ಹುಡುಗಿ ಬದುಕೆಂಬ ಸಮುದ್ರದಲ್ಲಿ ಸುಖದ ಹಡಗು ಒಡೆದು ಸಂಕಷ್ಟ ಎದುರಾದಾಗ ಹೇಗೆ ಎದುರಿಸಬೇಕೆಂದು ತೋರಿಸಿಕೊಟ್ಟಿದ್ದಾಳೆ.

ಗುರೇಗಾಂವ್‌ನ ಆಯಿಷಾ ಹುಟ್ಟಿದಾಗಿನಿಂದಲೇ ಅತ್ಯಪರೂಪದ ಖಾಯಿಲೆಗೆ ಒಳಗಾಗಿದ್ದ ಮಗು. ಆರು ತಿಂಗಳ ಮಗುವಾಗಿದ್ದಾಗಲೇ ಆಕೆ ಅಸ್ಥಿಮಜ್ಜೆಯ ಕಸಿಗೆ ಒಳಗಾಗಿದ್ದಳು. ಆದರೂ ಈ ಮಗು ಕೇವಲ ಒಂದು ವರ್ಷವೂ ಬದುಕಲಾರದೆಂಬುದು ತಜ್ಞವೈದ್ಯರ ಹೇಳಿಕೆಯಾಗಿತ್ತು. ಆದರೆ ಆಯಿಷಾ ಪವಾಡ ಸದೃಶವಾಗಿ ಬದುಕಿಬಿಟ್ಟಳು! ಅಸ್ಥಿಮಜ್ಜೆಯ ಕಸಿಯಿಂದ ಪಲ್ಮನರಿ ಫೈಬ್ರೋಸಿಸ್ ಎಂಬ ಶ್ವಾಸಕೋಶದ ಖಾಯಿಲೆಗೆ ಆಕೆ ಒಳಗಾಗಬೇಕಾಯಿತು. ಅವಳ ಶ್ವಾಸಕೋಶದ ಸಾಮರ್ಥ್ಯ ಶೇಕಡಾ ಇಪ್ಪತ್ತು ಮಾತ್ರ!! ವೀಲ್‌ಚೇರು, ಆಮ್ಲಜನಕದ ಮಾಸ್ಕ್ ಅವಳ ಬದುಕಿನ ಪ್ರಮುಖ ಅಂಗಗಳಾದವು. ಪ್ರತೀ ಉಸಿರೂ ಅವಳಿಗೆ ಮರುಜನ್ಮ ನೀಡಿದಂತಾಗುತ್ತಿತ್ತು. ಏಕೆಂದರೆ ಒಂದು ಪುಟ್ಟ ಇನ್‌ಫೆಕ್ಷನ್ ಕೂಡ ಅವಳಿಗೆ ಮಾರಣಾಂತಿಕವೇ. ಆದರೂ ಆಕೆ ಬದುಕಿದಳು. ಬದುಕಿನ ಪ್ರತೀಕ್ಷಣವನ್ನೂ ಅನುಭವಿಸಿದಳು. ಹದಿನೈದರ ಹರಯದಿಂದಲೇ ಸ್ಫೂರ್ತಿಯುತ ಭಾಷಣಗಳನ್ನು ಕೂಡ ವಿವಿಧ ವೇದಿಕೆಗಳಲ್ಲಿ ಮಾಡಲಾರಂಭಿಸಿದಳು.

ಜೀವನದಲ್ಲಿ ಏನಿದೆ ಎನ್ನುವ ನಿರಾಶಾವಾದಿಗಳಿಗೆ, ಬದುಕಿನಲ್ಲಿ ಏನಿಲ್ಲ ಎಂದು ಪ್ರಶ್ನಿಸುವಲ್ಲಿ ಆಯಿಷಾಳ ಮಾತುಗಳು ಯಶಸ್ವಿಯಾಗುತ್ತವೆ. ಸಿಂಗಿಂಗ್ ಇನ್‌ದ ಲೈಫ್ ಬೋಟ್ ಎಂಬ ಎಂಟೂವರೆ ನಿಮಿಷದ ಉಪನ್ಯಾಸದಲ್ಲಿ ಆಕೆ ತಾನು ಜೀವನದ ಏಳುಬೀಳಿನ ಪ್ರಯಾಣದಲ್ಲಿ ಕಲಿತ ಐದು ಪಾಠಗಳನ್ನು ಹೃದಯಸ್ಪರ್ಶಿಯಾಗಿ ವಿವರಿಸುತ್ತಾಳೆ. ಪವಾಡಗಳು ಅಪರೂಪ, ಆದರೂ ಅವನ್ನು ನಂಬಿ ಎನ್ನುತ್ತ ಜನರ ಚಪ್ಪಾಳೆಯ ನಡುವೆಯೇ ಆಕೆ ಮುಂದುವರೆಸುತ್ತಾಳೆ: "ನಾನು ಒಂದೇ ವರ್ಷದ ಆಯಸ್ಸು ಹೊಂದಿದವಳಾಗಿದ್ದೆ. ಆದರೆ ಬದುಕಿದೆ. ನನ್ನ ತರಹದ ಕಾಯಿಲೆ ಬರುವುದು ಹತ್ತುಲಕ್ಷದಲ್ಲಿ ಒಬ್ಬರಿಗೆ. ಅದು ನನಗೆ ಬಂತು. ಅಸ್ಥಿಮಜ್ಜೆ ಕಸಿ ಯಶಸ್ವಿಯಾಗುವುದು 30 ಶೇಕಡಾ ಮಾತ್ರ. ಪವಾಡವೆಂಬಂತೆ ನಾನು ಉಳಿದುಕೊಂಡೆ. ಉಳಿದವರಲ್ಲಿ ಶೇಕಡಾ ಹತ್ತುಜನರಿಗೆ ಶ್ವಾಸಕೋಶದ ತೊಂದರೆಯ ಅಡ್ಡ ಪರಿಣಾಮ

ಕಾಣಿಸಿಕೊಳ್ಳುತ್ತದೆ. ಆ ಶೇಕಡಾ ಹತ್ತರಲ್ಲಿ ನಾನೂ ಒಬ್ಬಳಾದೆ!! ಈಗ ನನ್ನ ಶ್ವಾಸಕೋಶಗಳು ಸರಿಯಾಗುವ ಸಾಧ್ಯತೆ ಕೇವಲ ಶೇಕಡಾ ನಲವತ್ತು ಮಾತ್ರ. ಆದರೂ ನಾನು ನಾನು ಗುಣಮುಖಳಾಗುತ್ತೇನೆಂದು ನಂಬುತ್ತೇನೆ, ಕಾರಣ ನಾನು ಪವಾಡಗಳನ್ನು ನಂಬುತ್ತೇನೆ....!!"

ಎರಡನೆಯ ಪಾಠ, "ನಾವು ಪ್ರಸ್ತುತ ಕ್ಷಣದಲ್ಲಿ ಬದುಕಬೇಕು. ನಮ್ಮ ಇಡೀ ಬದುಕನ್ನು ಎದುರಿಗಿಟ್ಟುಕೊಂಡು ನೋಡಿದಾಗ ನಮಗೆ ಅಗಣಿತ ಸಮಸ್ಯೆಗಳು ಕಾಡಬಹುದು. ಆದರೆ ಬದುಕನ್ನು ಪ್ರತೀ ದಿನ, ಪ್ರತೀಗಂಟೆ ಮತ್ತು ಪ್ರತೀ ಕ್ಷಣಕ್ಷಣ ವಿಭಾಗಿಸಿ ನೋಡಲಾರಂಭಿಸಿದರೆ ನಮ್ಮ ಸಂತಸ ದ್ವಿಗುಣಗೊಳ್ಳುತ್ತದೆ. ಗಾಲಿಕುರ್ಚಿಯೊಂದರಲ್ಲಿ ಕೂತು ಕೃತಕ ಉಸಿರಾಟ ನಡೆಸುತ್ತಿದ್ದರೂ ನನ್ನ ನೆಚ್ಚಿನ ನಾಯಿಯನ್ನು ಮುದ್ದಿಸುವ ಆ ಕ್ಷಣ ನನ್ನೆಲ್ಲ ನೋವುಗಳನ್ನೂ ಮರೆಸುತ್ತದೆ. ನಡೆದಾಡಲಾಗದ, ಶಾಲೆಗೆ ಹೋಗಲಾಗದ ಪರಿಸ್ಥಿತಿಯಲ್ಲೂ ತಾನು ಅಚ್ಚುಕಟ್ಟಾಗಿ ಫೋಟೋ ಶೂಟಿಂಗ್‌ಗೆ ತಯಾರಾಗಿದ್ದೆ. ನಮ್ಮಿಂದ ಅಸಾಧ್ಯವಾದ ಕೆಲಸಗಳ ಕುರಿತು ಚಿಂತಿಸುವುದರ ಬದಲು ಸಾಧ್ಯವಾದ ಕೆಲಸಗಳನ್ನು ಮಾಡೋಣ ಮತ್ತು ಅದರಲ್ಲಿ ಸಂತಸವನ್ನು ಅನುಭವಿಸೋಣ."

ಬದುಕಿನ ಪ್ರತೀ ಸಂಕಷ್ಟಕರ ಪರಿಸ್ಥಿತಿಯಲ್ಲಿಯೂ ಒಂದು ಅವಕಾಶವಿರುತ್ತದೆ ಎನ್ನುವುದು ಆಯಿಷಾ ಬದುಕಿನಲ್ಲಿ ಕಲಿತ ಮೂರನೆಯ ಪಾಠ. ಕಳೆದ ಕೆಲ ವರ್ಷಗಳಿಂದ ಆಕೆಗೆ ಶಾಲೆಗೆ ಹೋಗಲು ಸಾಧ್ಯವಾಗಲಿಲ್ಲ. ಆದರೆ ಈ ಕಷ್ಟಕರ ಪರಿಸ್ಥಿತಿಯಲ್ಲಿ ಅವಳಿಷ್ಟದ ಕಲೆಗಾಗಿ ಈ ಸಮಯವನ್ನು ಉಪಯೋಗಿಸಿಕೊಂಡಿದ್ದಾಳೆ. ಪರಿಸ್ಥಿತಿ ನಮಗೆ ಪ್ರತಿಕೂಲವಾದಾಗ ಅದನ್ನು ಅನುಕೂಲಕರವಾಗಿ ಪರಿವರ್ತಿಸಿಕೊಳ್ಳಲು ಸಾಧ್ಯ ಎನ್ನುವುದು ಅವಳ ಅಭಿಪ್ರಾಯ.

ನಾಲ್ಕನೆಯ ಪಾಠ ಬದುಕಿನಲ್ಲಿ ಕನಸು ಕಾಣದೇ ಇರಬಾರದು. "ಒಂದು ಹೆಜ್ಜೆ ನಡೆಯಲಾಗದಿದ್ದಾಗಲೂ ನಾನು ಪ್ರತೀರಾತ್ರಿ ಕನಸು ಕಾಣುತ್ತಿದ್ದೆ. ಸ್ನೇಹಿತೆಯ ಜತೆ ಲಂಡನ್‌ನ ಮಾರುಕಟ್ಟೆಯಲ್ಲಿ ನಡೆಯುವ, ಕಸಿನ್ ಮದುವೆಯಲ್ಲಿ ನರ್ತಿಸುವ, ನಾಯಿಗಳ ಜತೆ ಗಾರ್ಡನ್‌ನಲ್ಲಿ ಆಟವಾಡುವ, ವೀಲ್‌ಚೇರ್‌ನಿಂದಿಳಿದು ಸ್ವತಂತ್ರವಾಗಿ ಬಚ್ಚಲುಮನೆಗೆ ಹೋಗುವ ಈ ಎಲ್ಲ ಕನಸುಗಳು! ಅವು ಚಲನಚಿತ್ರದಂತೆ ತನ್ನ ಮನಸ್ಸಿನಲ್ಲಿ ಹಾದು ಹೋಗುತ್ತಿದ್ದವು.

ಅದೆಲ್ಲವನ್ನೂ ನಾನು ನನಸು ಮಾಡಿಕೊಂಡೆಕೂಡ!! ಈಗ ನಿಮ್ಮೆದುರು ಮಾತಾಡುತ್ತಿದ್ದೇನೆ. ಅದು ಮನಸ್ಸಿನ ಸಾಮರ್ಥ್ಯ. ಎಲ್ಲ ಸಂಗತಿಗಳೂ ಎರಡು ಬಾರಿ ಜರುಗುತ್ತವೆ. ಒಂದು ನಮ್ಮ ಮನಸ್ಸಿನಲ್ಲಿ, ಇನ್ನೊಂದು ವಾಸ್ತವದಲ್ಲಿ" ಎನ್ನುವ ಆಯಿಷಾಳ ಮಾತು ಎಷ್ಟು ನಿಜವಲ್ಲವೇ?

ಪ್ರಾಣಿಗಳನ್ನು ಸ್ನೇಹಿತರಾಗಿಸಿಕೊಳ್ಳುವುದು ತನ್ನ ಬದುಕಿನ ಐದನೆಯ ಅಮೂಲ್ಯ ಪಾಠ ಎನ್ನುತ್ತಾಳೆ ಆಯಿಷಾ. ತನಗೆ ನಡೆಯಲಾಗದಿದ್ದಾಗ ತನ್ನ ನಾಯಿ ಕೋಬಿ ಬಹಳ ಚಿಂತೆಗೀಡಾಗಿತ್ತು. ಅದೂ ಕೂಡ ನಡೆಯುವುದನ್ನು ನಿಲ್ಲಿಸಿಬಿಟ್ಟಿತ್ತು. ಆದರೆ ತಾನು ಅದಕ್ಕೆ ನೀನು ನಡೆಯಲು ಪ್ರಯತ್ನಿಸಿದರೆ ತಾನೂ ನಡೆಯುತ್ತೇನೆ ಎಂದೆ, ಅದಕ್ಕೆ ಅದು ಮಾರನೇ ದಿನವೇ ಮತ್ತೆ ಜಿಗಿದು ಕುಣಿದು ನಡೆಯಲಾರಂಭಿಸಿತು. ಅವನು ನಡೆದಂತೆ ತಾನೂ ನಡೆಯಬಹುದೆನ್ನುವ ವಿಶ್ವಾಸ ತನ್ನಲ್ಲಿ ಮೂಡಿತು ಎನ್ನುತ್ತಾಳಾಕೆ.

"ನಮ್ಮೆಲ್ಲರ ಬದುಕಿನಲ್ಲಿ ನಾವು ಯಾವುದಕ್ಕಾದರೂ ಕೃತಜ್ಞರಾಗಿರಬೇಕು. ನಾನು ಕುಟುಂಬ ಮತ್ತು ಸ್ನೇಹಿತರಿಗೆ ಹೇಗೆ ಕೃತಜ್ಞಳಾಗಿದ್ದೇನೋ ಬದುಕಿನಲ್ಲಿ ನನಗೊದಗಿದ ಸವಾಲುಗಳಿಗೂ ಕೃತಜ್ಞಳಾಗಿದ್ದೇನೆ. ಏಕೆಂದರೆ ಅದರಿಂದಲೇ ನಾನು ಇಷ್ಟು ತೀವ್ರವಾಗಿ ಬದುಕಲು ಸಾಧ್ಯವಾಯಿತು. ನನಗೆ ಗೊತ್ತಿದೆ, ನನ್ನ ಕಣ್ಣುಗಳಲ್ಲಿ ಕಣ್ಣೀರಿಲ್ಲದೇ ನನ್ನ ಆತ್ಮ ಕಾಮನಬಿಲ್ಲನ್ನು ಕಾಣಲಾರದು."

ಎಂಥ ಮಾತು!! ಕೆಟ್ಟ ನೆನಪುಗಳನ್ನು ಅಳಿಸಿಹಾಕಲು ಒಳ್ಳೆಯ ನೆನಪುಗಳ ಕ್ಷಣಗಳನ್ನು ಸೃಷ್ಟಿಸುವುದು ಬಹು ಮುಖ್ಯ ಎನ್ನುತ್ತಾಳಾಕೆ. ಉತ್ಸಾಹ, ಖುಷಿ ಎನ್ನುವುದೆಲ್ಲ ಮನಸ್ಸಿನ ಸ್ಥಿತಿ ಮಾತ್ರ ಮತ್ತು ಈ ಸತ್ಯಕ್ಕೆ ಜೀವಂತ ಉದಾಹರಣೆಯಂತೆ ಬದುಕಿದವಳು ಆಯಿಷಾ.

ದುರದೃಷ್ಟವಶಾತ್ ಜೀವನಪ್ರೀತಿಯ ಪ್ರತೀಕದಂತಿದ್ದ ಆಯಿಷಾ ಚೌಧರಿ ಎಂಬ ಈ ಬಾಲೆ ಕಳೆದ ಜನವರಿ ಇಪ್ಪತ್ನಾಲ್ಕರಂದು ನಿಧನಹೊಂದಿದಳು. ಬಹುಶಃ ಅವಳ ಬದುಕಿನಿಂದ ನಾವು ಕಳೆದುಕೊಂಡಿರುವ ಜೀವನಪ್ರೀತಿಯನ್ನು ಮರಳಿಪಡೆಯುವ ಮೂಲಕ ಮಾತ್ರವೇ ಅವಳ ಆತ್ಮಕ್ಕೆ ಶಾಂತಿಯನ್ನು ಕೋರಬಹುದೇನೋ!! (ಆಯೆಷಾಳ ಬದುಕು 'ಸ್ಕೈ ಈಸ್ ಥಿಂಕ್' ಎಂಬ ಹೆಸರಿನ ಹಿಂದಿ ಚಲನಚಿತ್ರವಾಗಿದೆ. ಪ್ರಿಯಾಂಕ ಚೋಪ್ರಾ ಮುಖ್ಯ ಪಾತ್ರದಲ್ಲಿದ್ದಾರೆ.)

ಭರವಸೆಯೆಂಬ ಬಂಧು

■ ಕಾಲೇಜಿನಲ್ಲಿರುವಾಗ 'ಭರವಸೆ' ಎಂಬ ಕವಿತೆ ಬರೆದಿದ್ದೆ. ಮರಳುಗಾಡಿನಲ್ಲಿ ಖರ್ಜೂರ ಬೆಳೆದು ಬದುಕಿರಬಹುದು ಎಂದಿದ್ದ ಕವಿತೆಯ ಸಾಲುಗಳನ್ನು ಓದಿದ ನನ್ನ ಗೆಳೆಯನೊಬ್ಬ, "ನಮಗೂ ಭರವಸೆ ಇದೆ ಬದುಕಿನ ಬಗ್ಗೆ, ಆದರೆ ನಿನ್ನಷ್ಟು ಅಂದ್ರೆ ಮರಳುಗಾಡಲ್ಲಿ ಖರ್ಜೂರ ಬೆಳೆದು ಬದುಕುವ ಭರವಸೆ ಇಲ್ಲ ಮಾರಾಯ್ತಿ" ಎಂದಿದ್ದ!

ಮೊನ್ನೆ ಡಿಸೆಂಬರ್ 21ಕ್ಕೆ ಪ್ರಳಯವಾಗೇ ಬಿಡುತ್ತದೆ ಅಥವಾ ಆಗುವುದಿಲ್ಲ ಎಂದು ಮಾಧ್ಯಮಗಳು ಸ್ಪರ್ಧೆಗೆ ಬಿದ್ದ ಹಾಗೆ ಚರ್ಚಿಸಿದ್ದು, ಬರೆದದ್ದೇ ಆಯಿತು. ಆದರೂ ಜಗತ್ತು ಎಂದಿನಂತೆಯೇ ಆ ದಿನವನ್ನು ಬರಮಾಡಿಕೊಂಡಿತು. ಹಾಗೆಯೇ ಬೀಳ್ಕೊಟ್ಟಿತು ಕೂಡ!

ಆಗ ನನಗೆ ನನ್ನ ಸ್ನೇಹಿತನ ಮಾತುಗಳು ನೆನಪಾದವು ಮತ್ತು ಈ ಜಗತ್ತಿನ ಒಬ್ಬೊಬ್ಬರಿಗೂ ಬದುಕಿನ ಬಗ್ಗೆ ಇರುವ ಅಗಾಧ ಭರವಸೆಯೆದುರು ನನ್ನ ಮರಳುಗಾಡಿನಲ್ಲಿ ಖರ್ಜೂರ ಬೆಳೆಯುವ ಐಡಿಯಾ

ಯಾಕೋ ಸಪ್ಪೆ ಎನಿಸಿತು. ಅಲ್ಲಿ ಬೆಳೆಯುವುದೇ ಖರ್ಜೂರ! ಶತಮಾನಗಳಿಂದ! ಅದರಲ್ಲಿ ಹೊಸತೇನಿದೆ ಎಂದು ತೀವ್ರವಾಗಿ ಅನ್ನಿಸತೊಡಗಿತು. ಏಕೆಂದರೆ ವರ್ಷಗಳಿಂದ ಉಸುಕಿನ ಮಧ್ಯೆಯಿದ್ದು ಇಂದಲ್ಲ ನಾಳೆ ಓಯಸಿಸ್ ಸಿಗುತ್ತದೆ ಎಂಬ ದೂರದ ಆಸೆಯಲ್ಲೇ ಬದುಕುತ್ತಿರುವವರು ಎಷ್ಟೋ ಜನರಿದ್ದಾರೆ. ಚಳಿಗಾಲದ ಕಪ್ಪು ರಾತ್ರಿಯಲ್ಲಿ ಕಡಲಲ್ಲಿ ಮುಳುಗೇಳುತ್ತ ಬಾನಿನ ಚಿಕ್ಕೆಯ ಬೆಳಕನ್ನು ನಂಬಿ ಕೈ ಸೋತರೂ ಈಜುತ್ತಿರುವವರಿದ್ದಾರೆ. ಇಂದಿನ ದಿನದ ಸಮೃದ್ಧತೆಯಲ್ಲಿ ನಾಳಿನ ತುಂಬು ಬದುಕಿನ ಕನಸು ಕಾಣಿಸುವುದು ಭರವಸೆ.

ಅದೇ ರೀತಿ ನಂಬಿದ್ದ ಕೊನೆಯ ಕೊಂಡಿಯೂ ಕಳಚಿದಾಗಲೂ ನಾಳಿನ ಸೂರ್ಯನನ್ನು ತೋರಿಸುವ ಧೈರ್ಯ ತುಂಬಿ ಕಣ್ಣೆವೆಗಳನ್ನು ನೇವರಿಸಿ ಮಲಗಿಸುವುದೂ ಭರವಸೆಯೇ! ಬೆಳಗಿನವರೆಗೆ ಕಾಯುವ ಸಹನೆ ಇಲ್ಲವಾದರೂ ತುಟಿಗಳಿಗೆ ಮುದ್ದಾದ ಮುಗುಳ್ನಗೆಯನ್ನು ಮೆತ್ತಿಕೊಂಡೇ ಇರುವ ಈ ಭರವಸೆ ತನ್ನ ಗುಲಾಬಿ ಅಂಗೈ ತೆರೆದರೆ ಆಹ್, ನಗುವ ಚಂದ್ರ! ಬದುಕಿನ ಎಲ್ಲವೂ, ನಂಬಿದ ಎಲ್ಲರೂ ಕೈಬಿಟ್ಟರೂ ತೊರೆಯದೆ ಉಳಿಯುವುದು ಭರವಸೆ ಮಾತ್ರ, ಆದರೆ ಭರವಸೆಯೇ ಕೈ ಬಿಟ್ಟರೆ ಏನೂ ಉಳಿಯಲಾರದು ಎಂಬುದು ವಿಚಿತ್ರವಲ್ಲ, ಸತ್ಯ.

ಬದುಕಿನ ಬಗೆಗಿನ ಕನಸು, ನಂಬಿಕೆ, ಪ್ರೀತಿ, ನಿರೀಕ್ಷೆ, ಆಶಾವಾದ... ಯಾವ ಹೆಸರಿನಿಂದ ಕರೆದರೇನು, ಭರವಸೆಯ ಕೆಲಸ ಅರ್ಧ ತುಂಬಿದ ಲೋಟದ ಕಡೆ ಗಮನ ಹರಿಸುವಂತೆ ಮಾಡುವುದು. ನೂರು ಕಾರಣಗಳು ಲೋಟ ಅರ್ಧ ಖಾಲಿಯಿದೆ ಎಂದು ಬದುಕಿನ ಖಾಲಿತನದ ಕಡೆ ಬೆರಳು ಮಾಡಿ ತೋರಿಸಿದರೂ, ತುಂಬುವಿಕೆಗೆ ಸಾವಿರ ಕಾರಣಗಳನ್ನು ಹುಡುಕಲು ನಮ್ಮನ್ನು ಪ್ರೇರೇಪಿಸುವ ಭರವಸೆ ಮಾನವನಿಗೆ ದೊರೆತ ಅತಿದೊಡ್ಡ ವರ.

ಒಂದೇ ಒಂದು ನಂಬಿಕೆ ಎಷ್ಟು ಆಳವಾಗಿ ಒಬ್ಬರನ್ನು ಪ್ರಭಾವಿಸಬಹುದು ಎಂಬುದಕ್ಕೆ ಬೇಕಾದಷ್ಟು ಉದಾಹರಣೆಗಳನ್ನು ಕೊಡಬಹುದು. ನಾವು ನಮ್ಮ ಬಗ್ಗೆ ಏನು ಯೋಚಿಸುತ್ತೇವೆಯೋ ಅದೇ ಆಗುತ್ತೇವೆಂಬ ನಂಬಿಕೆ ಇಂದು ನಿನ್ನೆಯದಲ್ಲ. ಓ ಹೆನ್ರಿ ತನ್ನ 'ದ ಲಾಸ್ಟ್ ಲೀಫ್' (ಕೊನೆಯ ಎಲೆ) ಎಂಬ ಕಥೆಯಲ್ಲಿ ಈ ನಂಬಿಕೆಯ ಸಾಮರ್ಥ್ಯವನ್ನು ಬಹಳ ಸುಂದರವಾಗಿ ನಿರೂಪಿಸಿದ್ದಾನೆ. ಕಲಾವಿದರೇ ವಾಸಿಸುತ್ತಿದ್ದ ಒಂದು ಬೀದಿಯ ಮೂರು ಅಂತಸ್ತಿನ ಹಳೆಯ ಕಟ್ಟಡವೊಂದರಲ್ಲಿ ಇಬ್ಬರು ಯುವ ಕಲಾವಿದೆಯರು ಸ್ಟುಡಿಯೋ ಇಟ್ಟುಕೊಂಡು ವಾಸಿಸುತ್ತಿರುತ್ತಾರೆ. ಒಬ್ಬಳ ಹೆಸರು ಸ್ಯೂ, ಇನ್ನೊಬ್ಬಳು ಜೋನ್ಸಿ. ನವೆಂಬರ್‌ನ ಚಳಿಯಲ್ಲಿ ಜೋನ್ಸಿಗೆ ನ್ಯುಮೋನಿಯಾ ಖಾಯಿಲೆ ಪ್ರಾರಂಭವಾಗುತ್ತದೆ. ವೈದ್ಯರ ಪ್ರಕಾರ ತಾನು ಬದುಕಲೇಬೇಕೆನ್ನುವ ಉತ್ಕಟ ಬಯಕೆ ಮಾತ್ರ ಅವಳನ್ನೀಗ ಬದುಕಿಸಬಲ್ಲುದು. ಆದರೆ ಜೋ

ಬದುಕುವ ಇಚ್ಛೆಯೇ ಇಲ್ಲದವಳಂತೆ ಹಾಸಿಗೆಗೆ ಒರಗಿಬಿಟ್ಟಿದ್ದಾಳೆ. ಅಗಲವಾಗಿ ತೆರೆದುಕೊಂಡ ಅವಳ ಹೊಳಪಿಲ್ಲದ ಕಂಗಳು ಕಿಟಕಿಯ ಹೊರಗೆ ನೆಟ್ಟಿವೆ. ಅಲ್ಲಿಂದ ಕೊಂಚ ದೂರವಿರುವ ಪುಟ್ಟ ಮರದ ಉದುರುತ್ತಿರುವ ಎಲೆಗಳನ್ನೇ ಲೆಕ್ಕ ಮಾಡುತ್ತಿದ್ದಾಳೆ. ಅವಳ ಪ್ರಕಾರ ಆ ಮರದ ಕೊನೆಯ ಎಲೆಯೊಂದಿಗೆ ಅವಳ ಪ್ರಾಣವೂ ಹೋಗುತ್ತದೆ. ಸ್ಯೂ ಏನೇ ಹೇಳಿದರೂ ಜೊಳ್ಳು ನಂಬಿಕೆ ಬದಲಾಗುವುದೇ ಇಲ್ಲ. ಮರದಲ್ಲೀಗ ನಾಲ್ಕು ಎಲೆಗಳು ಮಾತ್ರ ಉಳಿದಿವೆ. ಆಗ ಸ್ಯೂ ಅವಳ ವಿರೋಧದ ನಡುವೆಯೂ ಕಿಟಕಿಯನ್ನು ಮುಚ್ಚಿ ನಿದ್ರಿಸುವಂತೆ ಹೇಳುತ್ತಾಳೆ. ಮನಸ್ಸಿಲ್ಲದ ಮನಸ್ಸಿನಿಂದ ಜೋ ನಿದ್ರಿಸುತ್ತಾಳೆ.

ಸ್ಯೂ ತಮ್ಮ ಮನೆಯ ಕೆಳಭಾಗದಲ್ಲಿ ವಾಸಿಸುತ್ತಿದ್ದ ಬೆಹ್ರಾಮ್ ಎಂಬ ವೃದ್ಧ ಕಲಾವಿದನ ಹತ್ತಿರ ತಾನು ರಚಿಸುತ್ತಿದ್ದ ಕಲಾಕೃತಿಗೆ ಸಂಬಂಧಿಸಿದಂತೆ ಏನೋ ಸಹಾಯ ಕೇಳಲು ಬಂದವಳು ತನ್ನ ಗೆಳತಿಯ ಕಥೆ ಹೇಳುತ್ತಾಳೆ. ತಾನೊಂದು 'ಮಾಸ್ಟರ್ ಪೀಸ್' ಕೃತಿಯನ್ನು ರಚಿಸುವ ಕನಸು ಹೊತ್ತ ಆತನಿಗೆ ಇನ್ನೂ ಅದನ್ನು ಪ್ರಾರಂಭಿಸುವ ಅವಕಾಶವೇ ಲಭಿಸಿಲ್ಲ. "ಮರದಿಂದ ಎಲೆ ಬೀಳುವುದಕ್ಕೂ ಸಾಯುವುದಕ್ಕೂ ಏನಾದರೂ ಸಂಬಂಧವಿದೆಯೇ, ಮೂರ್ಖ ಹುಡುಗಿ" ಎಂದಾತ ಬೈದುಬಿಡುತ್ತಾನೆ. ಜೋ ಕೋಣೆಯಿಂದ ಕಾಣುತ್ತಿದ್ದ ಆ ಮರವನ್ನು ಸ್ಯೂ ಆತನಿಗೆ ತೋರಿಸುತ್ತಾಳೆ. ಸುರಿಯುವ ಮಂಜು, ಮಳೆ, ಗಾಳಿಯ ಆ ರಾತ್ರಿ ಕಳೆದು ಮಾರನೇ ದಿನ ಸ್ಯೂ ಎದ್ದಾಗ ಜೋ ಆಗಲೇ ಬಿಟ್ಟಕಣ್ಣಿನಿಂದ ಕಿಟಕಿಗೆ ಎಳೆದ ಪರದೆಯನ್ನೇ ನೋಡುತ್ತಿರುತ್ತಾಳೆ. 'ಕಿಟಕಿ ತೆರೆ, ಕೊನೆಯ ಎಲೆ ಬಿದ್ದಿರುವುದನ್ನು ನಾನು ನೋಡಲೇಬೇಕು' ಎಂದು ಆಕೆ ಹೇಳಿದಾಗ ಸ್ಯೂ ಅನಿವಾರ್ಯವಾಗಿ ಪರದೆ ಸರಿಸುತ್ತಾಳೆ. ಆದರೆ! ಏನಾಶ್ಚರ್ಯ, ಅಂಥ ಭೀಕರ ಗಾಳಿಗೂ ಬಗ್ಗದೆ ಹಳದಿ ಮಿಶ್ರಿತ ಹಸಿರು ಬಣ್ಣದ ಕೊನೆಯ ಎಲೆ ಮರದಲ್ಲೇ ಇರುತ್ತದೆ. 'ಅರೇ, ಇದು ನಿನ್ನೆಯೇ ಬೀಳುತ್ತದೆಂದುಕೊಂಡಿದ್ದೆ, ಇವತ್ತಂತೂ ಬಿದ್ದೇ ಬೀಳುತ್ತದೆ, ಅದು ನೆಲಕ್ಕೆ ಬಿದ್ದ ಕ್ಷಣವೇ ನನ್ನ ಉಸಿರೂ ಹೋಗುತ್ತದೆ' ಎನ್ನುತ್ತಾಳೆ ಜೋ. ಸಂಜೆಯಾದರೂ ಎಲೆ ಅಲ್ಲಿಯೇ ಇರುತ್ತದೆ. ರಾತ್ರಿಯಾದರೂ ಎಲೆ ಬೀಳದಿದ್ದಾಗ ಜೋಗೆ ಪಶ್ಚಾತ್ತಾಪವಾಗುತ್ತದೆ. "ನಾನೆಷ್ಟು ಕೆಟ್ಟವಳು ಎಂಬುದನ್ನು ತೋರಿಸಲೆಂದೇ ಆ ಎಲೆ ಅಲ್ಲೇ ಉಳಿದಿದೆ, ಸಾಯಲು ಯೋಚಿಸಿದ್ದು ಎಂಥ ಪಾಪದ ಕೆಲಸ" ಎನ್ನುತ್ತ ಸ್ವಲ್ಪ ಸೂಪ್ ಸೇವಿಸುತ್ತಾಳೆ. ಅವಳನ್ನು ಪರೀಕ್ಷಿಸಲು ಬಂದ ವೈದ್ಯರು ತೊಂದರೆಯೇನಿಲ್ಲವೆಂದು ಹೇಳಿ, ಕೆಳಗಿನ ಮನೆಯ ಬೆಹ್ರಾಮ್ ಎಂಬ ಕಲಾವಿದ ನ್ಯುಮೋನಿಯಾದಿಂದ ಚಿಂತಾಜನಕ ಪರಿಸ್ಥಿತಿಯಲ್ಲಿ ಆಸ್ಪತ್ರೆಗೆ ಸೇರಿರುವುದನ್ನು ತಿಳಿಸುತ್ತಾರೆ. ಮಾರನೇ ದಿನ ಜೋನ್ಸಿಯ ಹತ್ತಿರ ಬಂದ ಸ್ಯೂ ಬೆಹ್ರಾಮ್ ಮೃತಪಟ್ಟಿರುವುದನ್ನು ತಿಳಿಸುತ್ತಾಳೆ. ರಾತ್ರಿಯಿಡೀ ಹಿಮ, ಮಳೆಯಲ್ಲಿ

ನೆನೆದು ದೇಹ ತಣ್ಣಗಾಗಿ, ನೋವಿನಿಂದ ನರಳುತ್ತಿದ್ದವನ್ನು ಯಾರೋ ಆಸ್ಪತ್ರೆಗೆ ಸೇರಿಸಿದರೆಂದೂ, ಅವನ ಮನೆಯ ಕೆಳಗೆ ದೀಪ, ಬ್ರಶ್ ಮತ್ತು ತಟ್ಟೆಯಲ್ಲಿ ಕಲಿಸಿದ ಹಳದಿ, ಹಸಿರು ಬಣ್ಣಗಳು ಸಿಕ್ಕಿದವೆಂದೂ ಹೇಳಿದ ಸ್ಯೂ ಇನ್ನೂ ಅಲ್ಲಾಡದೇ ಇದ್ದ ಕೊನೆಯ ಎಲೆಯನ್ನು ತೋರಿಸಿ ಹೇಳುತ್ತಾಳೆ, 'ಇಂಥ ಗಾಳಿಗೂ ಆ ಎಲೆ ಏಕೆ ಬಿದ್ದಿಲ್ಲವೆಂದು ನಿನಗೆ ಆಶ್ಚರ್ಯವಾಗಲಿಲ್ಲವೇ? ಇದು ಬೆಹ್ರಾಮ್‌ನ ಮಾಸ್ಟರ್ ಪೀಸ್. ಆ ಮರದ ಕೊನೆಯ ಎಲೆ ಬಿದ್ದ ಚಳಿಯ ರಾತ್ರಿಯಲ್ಲಿ ಆತ ಬಿಡಿಸಿದ್ದು!'

ಜೀವವನ್ನೇ ಪಣಕ್ಕಿಟ್ಟು ಬಿಡಿಸಿದ ತನ್ನ ಮಾಸ್ಟರ್ ಪೀಸ್ ಮೇಲಿನ ಆ ಕಲಾವಿದನ ಭರವಸೆಯೇ ಬದುಕು. ಆ ಭರವಸೆ ಸಾವಿನ ದಟ್ಟ ನಂಬಿಕೆಗಿಂತ ಬಲವಾದದ್ದು. ಹಾಗಾಗಿ ಋಣಾತ್ಮಕ ನಂಬಿಕೆಗಳ ರಾಶಿಯನ್ನು ಧನಾತ್ಮಕವಾದ ಒಂದೇ ಒಂದು ಭರವಸೆ ಸುಟ್ಟು ಬೂದಿಯಾಗಿಸಬಲ್ಲುದು.

ಭರವಸೆ ಸಾಧನೆಗೆ ದಾರಿ ತೋರುವ ಒಂದು ನಂಬುಗೆ. ಭರವಸೆಯಿಲ್ಲದೆ ಏನನ್ನೂ ಮಾಡಲಾಗದು ಎನ್ನುತ್ತಾಳೆ ಹೆಲನ್ ಕೆಲ್ಲರ್. ಹಾಗಂತ ಭರವಸೆಯೇ ನಮ್ಮನ್ನು ಗುರಿ ತಲುಪಿಸಿಬಿಡುತ್ತದೆನ್ನುವವರು ದೋಣಿಯ ಮೇಲೆ ಒರಗಿ ಹುಟ್ಟು ಹಾಕದೇ ಆಚೆ ದಡ ತಲುಪುತ್ತೇನೆನ್ನುವವರಂತೆಯೇ ಮೂರ್ಖರೇ ಸೈ. ಈ ಕತ್ತಲ ದಾರಿಯನ್ನು ನಾನು ಕ್ರಮಿಸಲಾರೆ ಎಂದು ಸೋತು ಕುಳಿತಾಗ, ಇದಕ್ಕಿಂತಲೂ ಕಠಿಣ ದಾರಿಯನ್ನು ಏಕಾಂಗಿಯಾಗಿ ಸಾಗಿದವರಿದ್ದಾರೆ ಎಂದು ಎದ್ದು ಮೊದಲ ಹೆಜ್ಜೆಯನಿಡುವ ಶಕ್ತಿ ತುಂಬುವುದು ಭರವಸೆ.

ಭರವಸೆಯ ಕೈ ಹಿಡಿದು ನಡೆದವರನ್ನು ತಮ್ಮ ಗುರಿಯಿಂದ ಹಿಮ್ಮೆಟ್ಟಿಸಲು ಯಾವ ಶಕ್ತಿಗೂ ಸಾಧ್ಯವಾಗದು. ಭರವಸೆಯೆಂಬ ಬಂಧುವನ್ನು ನಮ್ಮ ಸಂಗಾತಿಯಾಗಿಸಿಕೊಳ್ಳೋಣ.

ಬೇಕು ರೋಲ್ ಮಾಡೆಲ್‌ಗಳೆಂಬ ಕತ್ತಲಹಾದಿಯ ದೀವಿಗೆಗಳು

ಬಹುಶಃ ರೋಲ್ ಮಾಡೆಲ್‌ಗಳಿಲ್ಲದ ಯಶಸ್ವೀ ವ್ಯಕ್ತಿಗಳನ್ನು ಹುಡುಕುವುದು ಕತ್ತಲಲ್ಲಿ ಬಿದ್ದ ಇದ್ದಿಲ ಚೂರನ್ನು ಹುಡುಕಿದಂತಾಗಬಹುದೇನೋ. ಸೀಮಾರಹಿತವಾದ ಕಡಲಿನಂತೆ ತೋರುವ ಕಷ್ಟಗಳ ನಟ್ಟ ನಡುವೆಯೇ ಈಜುತ್ತಿರುವಾಗ ದಡ ಸೇರುವ ಭರವಸೆ ಮೂಡಿಸುವವನು ಇದೇ ಆದರ್ಶ ವ್ಯಕ್ತಿ. ಮರಳುಗಾಡಿನಲ್ಲಿ ಬದುಕುವ ಶಾಪವಿದ್ದಾಗಲೂ ಓಯಾಸಿಸ್ ಹುಡುಕುವ ಧೈರ್ಯ ತುಂಬುವವನು. ಅಜ್ಞಾತ, ದೂರದ, ಕೆಲವೊಮ್ಮೆ ಹತ್ತಿರದವನೂ ಆಗಿರುವ ಆದರ್ಶವ್ಯಕ್ತಿಯ ಪಾತ್ರ ಜನರ ಬದುಕಿನಲ್ಲಿ ಬಲು ದೊಡ್ಡದು.

ಖರ್ಚಿನ ಸಾವಿರ ದಾರಿಗಳು ಕೈಬೀಸಿ ಕರೆಯುತ್ತಿದ್ದರೂ ಮೊದಲ ಸಂಬಳವನ್ನು ಹೇಗೆ ದೇವರ ಹತ್ತಿರವಿಟ್ಟು ನಮಸ್ಕರಿಸಬೇಕು, ಅಮ್ಮನಿಗೊಂದು ಸೀರೆ ತರಬೇಕು ಎಂದು ಹೇಳಿಕೊಡುವ ಸಿನಿಮಾದ ನಾಯಕನಿಂದ ಹಿಡಿದು ನಿರರ್ಗಳವಾಗಿ

ಮಾತಾಡುವುದು ಹೇಗೆಂದು ಕಲಿಸಿದ ವ್ಯಕ್ತಿತ್ವ ವಿಕಸನ ಪುಸ್ತಕವೊಂದರ ಅಜ್ಞಾತ ಲೇಖಕನವರೆಗೆ, ಅವಳೆದುರು ಪೆದ್ದುಪೆದ್ದಾಗಿ ಮಾತನಾಡದೇ ಜಾಣ್ಮೆಯಿಂದ ಮಾತಾಡುವುದು ಹೇಗೆಂದು ಕಲಿಸಿಕೊಟ್ಟ ಹಿರಿಯ ಸ್ನೇಹಿತನಿಂದ ಮೊದಲ ಭಾಷಣ ಬರೆದುಕೊಟ್ಟು ಬೆನ್ನುತಟ್ಟಿ ಸ್ಟೇಜು ಹತ್ತಿಸಿದ ಟೀಚರ್‌ವರೆಗೆ, ರಾಶಿ ರಾಶಿ ಚಕ್ರದ ಲಾರಿಯನ್ನು ಹರ್ಯಾಣಾದಿಂದ ಓಡಿಸಿಕೊಂಡು ಬಂದ ಡ್ರೈವರ್‌ನಿಂದ ಹಿಡಿದು ಪುಟ್ಟ ತಮ್ಮನನ್ನು ಸೈಕಲ್‌ನಲ್ಲಿ ಕೂರಿಸಿಕೊಂಡು ನಿಧಾನವಾಗಿ ಓಡಿಸುವ ಎಂಟುವರ್ಷದ ಪೋರಿಯವರೆಗೆ, ಒಂದೇ ದಿನದಲ್ಲಿ ಪದ್ಯ ಬಾಯಿಪಾಠ ಮಾಡಿಕೊಂಡು ಬಂದುದಕ್ಕೆ ಶಹಬ್ಬಾಸ್ ಎಂದ ಪ್ರೈಮರಿ ಸ್ಕೂಲ್ ಮಾಸ್ಟರ್‌ರಿಂದ ಹಿಡಿದು ಯೂನಿವರ್ಸಿಟಿಯಲ್ಲಿ ಅದ್ಭುತ ಉಪನ್ಯಾಸ ಕೊಟ್ಟ ವಿದೇಶೀ ಪ್ರೊಫೆಸರ್‌ವರೆಗೆ... ತನ್ನ ಉದಾಹರಣೆಯಿಂದ ಬೇರೆಯವರಿಗೆ ಸ್ಫೂರ್ತಿಯಾಗಬಲ್ಲ ಯಾವ ವ್ಯಕ್ತಿಯಾದರೂ ರೋಲ್ ಮಾಡೆಲ್ ಆಗಬಹುದು.

ಎಲ್ಲರಿಗೂ ಆದರ್ಶ ವ್ಯಕ್ತಿಗಳು ಇರಬಹುದಾದರೂ ಕಣ್ಣುಗಳಲ್ಲಿ ಭವಿಷ್ಯದ ಕನಸು ತುಂಬಿಕೊಂಡಿರುವ ಯುವ ಜನರು ರೋಲ್ ಮಾಡೆಲ್‌ಗಳನ್ನು ಕಡ್ಡಾಯವಾಗಿ ಹೊಂದಿರುತ್ತಾರೆ! ಪ್ರಖ್ಯಾತರಾದ ಕ್ರೀಡಾಪಟುಗಳೇ ರೋಲ್ ಮಾಡೆಲ್‌ಗಳಲ್ಲಿ ಮುಂಚೂಣಿಯಲ್ಲಿ. ಸಿನಿಮಾ ತಾರೆಯರಿಗೆ ನಂತರದ ಸ್ಥಾನ. ಆದರೆ ಈ ರೋಲ್ ಮಾಡೆಲ್‌ಗಳು ಆ ಸಮಯದ ಆಕರ್ಷಣೆಗಳಷ್ಟೇ. ಸಮಯ ಸರಿದಂತೆ ಹೊಸಹೊಸ ನಟರು, ಆಟಗಾರರು ಹಳಬರ ಸ್ಥಾನವನ್ನು ಆಕ್ರಮಿಸುತ್ತಾರೆ. ಖಾಯಂ ಆಗಿ ಜನರ ಮನದಲ್ಲುಳಿಯುವ ತಾರೆಗಳೇ ನಿಜವಾದ ರೋಲ್‌ಮಾಡೆಲ್‌ಗಳು. ಡಾ. ರಾಜ್, ಶಂಕರ್ ನಾಗ್, ವಿಷ್ಣುವರ್ಧನ್, ರಾಜೇಶ್‌ಖನ್ನಾ, ಅಮಿತಾಬ್ ಬಚ್ಚನ್‌ರಂತಹ ನಟರು, ಬ್ರಾಡ್‌ಮನ್, ಪೀಲೆ, ಧ್ಯಾನ್‌ಚಂದ್, ತೆಂಡೂಲ್ಕರ್ ಇತ್ಯಾದಿ ಆಟಗಾರರು ಸಮಯದ ಸೀಮಿತತೆಯನ್ನು ಮೀರಿ ಸದಾಕಾಲ ರೋಲ್ ಮಾಡೆಲ್‌ಗಳಾಗುಳಿಯುವವರು. ಆದರೆ ಇಂದಿನ ಬಹುತೇಕ ಯುವ ಪೀಳಿಗೆಯ ಆದರ್ಶವ್ಯಕ್ತಿಗಳ ಆದರ್ಶದ ಪರಿಕಲ್ಪನೆಯೇ ಸಂದೇಹ ಹುಟ್ಟಿಸುವಂತಹುದು. ನಕ್ಷತ್ರವೆಂದು ಮಿಂಚುಹುಳುವಿನ ಹಿಂದೆ ಹೋದವರ ಪಾಡು ಯುವಜನರದ್ದು!

ನಾವು ಯಾರನ್ನು ರೋಲ್ ಮಾಡೆಲ್ ಆಗಿ ಸ್ವೀಕರಿಸುತ್ತೇವೆಯೋ ಆ ವ್ಯಕ್ತಿಯ ಮತ್ತು ನಮ್ಮ ಸ್ವಭಾವದಲ್ಲಿ ಒಂದಿಷ್ಟಾದರೂ ಹೋಲಿಕೆ ಇರುತ್ತದಂತೆ. ನಮ್ಮೆದುರಿಗಿನ ಸೀಮಾರಹಿತ ಅವಕಾಶಗಳನ್ನೂ, ಸಾಧ್ಯತೆಗಳನ್ನೂ ಕಾಣಿಸುವ, ನಮ್ಮಲ್ಲಿರುವ ಸಾಮರ್ಥ್ಯವನ್ನು ಒರೆಗೆ ಹಚ್ಚಿಸಿ ನಮ್ಮಿಂದ ಅತ್ಯುತ್ತಮವಾದದ್ದನ್ನು ಹೊರತೆಗೆಯುವ, ಬದುಕಿನಲ್ಲಿ ಸರಿಯಾದ ನಿರ್ಧಾರ ತೆಗೆದುಕೊಳ್ಳಲು ಸಹಾಯ ಮಾಡುವ ವ್ಯಕ್ತಿ ಈ ರೋಲ್ ಮಾಡೆಲ್. ಬದುಕು ಕವಲೊಡೆದ ದಾರಿಗಳ ನಡುವೆ ಎತ್ತಿ ತಂದು ಬಿಟ್ಟಾಗ ತನ್ನ ಅಸ್ಪಷ್ಟ ಹೆಜ್ಜೆ ಗುರುತುಗಳನ್ನು ಬಿಟ್ಟು ಹೋಗಿ ಆ ಹಾದಿಯಲ್ಲಿ ನಡೆಯುವ ಧೈರ್ಯ ತುಂಬುವಾತ. ಅಂತೆಯೇ ರಾಬರ್ಟ್

ಫ್ರಾಸ್ಟ್ ಹೇಳಿದ ಯಾರೂ ನಡೆಯದ ದಾರಿಯನ್ನು ಆಯ್ಕೆ ಮಾಡಿಕೊಳ್ಳುವ ಸ್ಥೈರ್ಯ ಕೊಡುವ ವ್ಯಕ್ತಿಯೂ ಹೌದು. ಮೀನು ಹಿಡಿಯುವ ಬಲೆಯಿಂದ ನಕ್ಷತ್ರಗಳನ್ನು ನೋಡುತ್ತ ಆಕಾಶ ಮುಟ್ಟುವ ಕನಸು ಕಂಡು ಯಶಸ್ವಿಯಾದ ಅಬ್ದುಲ್ ಕಲಾಮ್, ಎಕಾನಮಿ ಕ್ಲಾಸ್‌ನಲ್ಲಿ ಓಡಾಡುವ, ತಾನೇ ತನ್ನ ಕಾರನ್ನು ಓಡಿಸುವ, ರಸ್ತೆ ಬದಿಯ ಹೋಟೆಲ್‌ಗಳಲ್ಲಿ ತಿಂಡಿ ತಿನ್ನುವ ಭಾರತದ ಅತ್ಯಂತ ಶ್ರೀಮಂತರಲ್ಲಿ ಒಬ್ಬರಾದ ಅಜೀಜ್ ಪ್ರೇಮ್‌ಜಿ, ಕುಖ್ಯಾತ ತಿಹಾರ್ ಜೈಲಿಗೆ ಶಿಕ್ಷೆ ಎಂದು ವರ್ಗಾವಣೆಗೊಂಡರೂ ಅಲ್ಲಿಯೂ ಇತರರು ಬೆರಳು ಕಚ್ಚುವ ಸಾಧನೆ ಮಾಡಿ ತನ್ನೆಡೆಗೆ ಎಸೆಯಲಾದ ಕಲ್ಲುಗಳನ್ನೇ ಉಪಯೋಗಿಸಿ ಯಶಸ್ಸಿನ ಶಿಖರವನ್ನೇ ನಿರ್ಮಿಸಿಕೊಂಡ ಕಿರಣ್ ಬೇಡಿ... ನಿರಂತರವಾಗಿ ಬರೆದರೂ ಕೊನೆಗೊಳ್ಳದ ರೋಲ್ ಮಾಡೆಲ್‌ಗಳ ಹೆಸರುಗಳು! ತಾರೆಯರು ಧರಿಸುವ ಹೊಸ ವಿನ್ಯಾಸದ ಉಡುಪು ಹಾಕಿ, ಅವರ ವಿಚಿತ್ರ ಹೇರ್ ಸ್ಟೈಲ್ ಅನುಸರಿಸಿ, ಹೊಸ ಮಾದರಿಯ ಬೈಕ್, ಚಪ್ಪಲಿ ಕೊಂಡುಕೊಂಡು ಆದರ್ಶ ವ್ಯಕ್ತಿಯನ್ನು ಅಷ್ಟಕ್ಕೇ ಸೀಮಿತವಾಗಿಸುವವರ ಸಂಖ್ಯೆಯೂ ಬಹಳವಿದೆ.

ಆದರ್ಶ ವ್ಯಕ್ತಿಗಳೆಂದರೆ ಎಲ್ಲೂ ಒಂದಿನಿತೂ ಕೊಂಕಿಲ್ಲದ ದೇವತೆಗಳಲ್ಲ. ಅಂತಹವರು ರೋಲ್ ಮಾಡೆಲ್ ಆಗಲೂ ಸಾಧ್ಯವಿಲ್ಲ. ನಾನು, ನೀವು, ನಮ್ಮ ಸಂಗಾತಿ, ಸಂಬಂಧಿಗಳು, ಸ್ನೇಹಿತರು, ನೆರೆಹೊರೆಯವರು, ಪರಿಚಯದವರು, ಬಡತನವನ್ನೇ ಹಾಸಿ ಹೊದ್ದುಕೊಂಡವರು, ದೊಡ್ಡಸ್ತಿಕೆಯ ಬಿಗುವಿನಲ್ಲಿ ಉಸಿರುಗಟ್ಟಿ ನಡೆವವರು ಓಹ್! ಯಾರಲ್ಲಿ ಇಲ್ಲ ಕೊರತೆ? ದೇವರಲ್ಲಿ, ದೆವ್ವದಲ್ಲಿ, ಕಲ್ಲಿನಲ್ಲಿ, ಮರಕ್ಕೆ ಸುತ್ತಿದ ಅರಶಿನ ಕುಂಕುಮ ಬೆರೆತ ದಾರದಲ್ಲಿ ಎಲ್ಲೆಲ್ಲೂ ಪರಿಪೂರ್ಣತೆಯನ್ನು ಹುಡುಕಿ ಸೋತಿದ್ದೇವೆ. ಎಲ್ಲಿದೆ ಅದು? ಆದರೂ ಅಂತಹುದೇ ರೋಲ್ ಮಾಡೆಲ್‌ಗಾಗಿ ಕಾಯುತ್ತಲೇ ನಮ್ಮ ಸೋಲಿಗೆ ಅದನ್ನೇ ಕಾರಣವಾಗಿಸುತ್ತ ನಮ್ಮ ನೆಪ ನಮ್ಮನ್ನೇ ಅಣಕಿಸುವುದನ್ನು ಕಂಡೂ ಕಾಣದಂತೆ ಬದುಕುತ್ತಿದ್ದೇವಲ್ಲವೇ?

ಅಷ್ಟಕ್ಕೂ ಏಕೆ ಬೇಕು ನಮಗೊಬ್ಬ ಆದರ್ಶ ವ್ಯಕ್ತಿಯೆಂಬ ದಿಕ್ಸೂಚಿ? ಕತ್ತಲ ಹಾದಿಯ ಕಂದೀಲು? ಏಕೆಂದರೆ ತನ್ನಲ್ಲೇ ಬೆಳಕು ಕಂಡುಕೊಂಡ ಬುದ್ಧರು ನಾವಲ್ಲ ಸ್ವಯಂಸ್ಫೂರ್ತಿ ಪಡೆಯುವ ಬೆರಳೆಣಿಕೆಯ ಮಹಾನುಭಾವರೂ ಅಲ್ಲ. ನಮ್ಮ ಸುತ್ತಲೂ ಇರುವ 'ನೆಗೆಟಿವ್' ಜನರ, ಚಿಂತನೆಗಳ ಹಿಂಸಾತ್ಮಕ ಆಕ್ರಮಣ ನಮ್ಮ ಗುರಿಯ ಕಾಲು ಮುರಿದು ನಡೆಯಲಾಗದಂತೆ ಮಾಡಿದಾಗ ಆಸರೆ ನೀಡುವ ಊರುಗೋಲು ನಮ್ಮೆದುರಿಗಿನ ಆದರ್ಶವ್ಯಕ್ತಿ. ಕವಿ ಹೇಳುವಂತೆ ಮಸುಕಿದ ಮಬ್ಬಿನಲಿ ಕೈಹಿಡಿದು ನಡೆಸುವ ಕರುಣಾಳು ಬೆಳಕು. ತನ್ನ ಯಶಸ್ವೀ ಉದಾಹರಣೆಯಿಂದ ಓಹ್ ತಾನೊಬ್ಬನೇ ಅಲ್ಲ ಇಲ್ಲಿ ಎಡವಿದನು ಎಂಬ ಭದ್ರತೆಯ ಭಾವ ಮೂಡಿಸುವಾತ. ಅರೆಹೊಟ್ಟೆಯಲ್ಲಿದ್ದರೂ ಅವುಡುಗಚ್ಚಿ ಸಮೃದ್ಧಿಯ ದಿನಗಳಿಗಾಗಿ ಕಾಯುವ ತಾಳ್ಮೆಯನ್ನು ದಯಪಾಲಿಸುವಾತ.

ಕಳೆದುಕೊಂಡುದನು ಲೆಕ್ಕ ಹಾಕದೇ ಇತಿಹಾಸದ ಲೆಕ್ಕಾಚಾರಕ್ಕೇ ಬಿಟ್ಟು, ಕೂಡಿಸುವ, ಗುಣಿಸುವ ಗಣಿತ ಹೇಳಿಕೊಡುವ ಮಾರ್ಗದರ್ಶಿಯೊಬ್ಬ ಬೇಡವೇ ನಮಗೆ? ತನಗೆ ಗೊತ್ತಿಲ್ಲದೆಯೇ ಜನರನ್ನು ಪ್ರಭಾವಿಸುವ ಇಂತಹ ಆದರ್ಶವ್ಯಕ್ತಿಗಳ ಸಂಖ್ಯೆ ಸಾವಿರವಾಗಬೇಡವೇ?

ರೋಲ್ ಮಾಡೆಲ್ ನೆಗೆಟಿವ್ ಆದ ಪರಿಣಾಮಗಳನ್ನೂ ಬೀರಬಹುದು ಎಂದು ತಾನು ಯೋಚಿಸಿಯೇ ಇಲ್ಲ ಎನ್ನುತ್ತಾನೆ ಖ್ಯಾತ ಬಾಸ್ಕೆಟ್ ಬಾಲ್ ಚಾಂಪಿಯನ್ ಮೈಕೆಲ್ ಜೋರ್ಡಾನ್. ಬೆಳಕಿನ ಬೆನ್ನ ಹಿಂದೆಯೇ ಇರುವ ನೆರಳಿನಂತೆಯೇ ಅದೂ ಕೂಡ. ಲಾಡೆನ್‌ನಂತವರೂ ಲಕ್ಷಾಂತರ ಎಳೆಯರ ರೋಲ್ ಮಾಡೆಲ್ ಆಗುವಂತೆ ಅವರ ಮಿದುಳನ್ನು ತೊಳೆಯುವವರಿದ್ದಾರೆ. ಕೊಲೆಗಳ ಮೇಲೆ ಕೊಲೆ ಮಾಡಿಸಿ 'ಮಾಜಿ'ಯಾಗಿರುವಾತ ಯಾರದೋ ತಲೆ ಒಡೆದ ದುಡ್ಡಿಂದ ದಾನಶೂರ ಕರ್ಣನ ಬಿರುದು ಪಡೆಯುತ್ತಿರುವುದನ್ನು ತೋರಿಸಿ ಚಾನೆಲ್‌ನ ನಿರೂಪಕಿ ಹಲ್ಲು ಬಿಡುತ್ತಿದ್ದಾಳೆ. ಹಫ್ತಾ ಕೊಡಲಿಲ್ಲವೆಂದು ಆತ ಕೊಲೆಗೈದ ಯುವ ಉದ್ಯಮಿಯ ತಾಯಿ ಇದನ್ನು ಟೀವಿಯಲ್ಲಿ ನೋಡಿ ನೆಟಿಗೆ ಮುರಿಯುತ್ತ ಶಾಪ ಹಾಕುತ್ತಿದ್ದಾಳೆ. ಎರಡು ವರ್ಷದ ಕಂದನನ್ನು ಮಲಗಿಸುತ್ತ ತುಟಿ ಕಚ್ಚಿಹಿಡಿದಿದ್ದಾಳೆ ಎಳೆಯ ಪತ್ನಿ. ಇಂಥ ಮತ್ತಿನ್ನೆಂತಹುದ್ದೋ ಹಿನ್ನೆಲೆ ಹೊಂದಿರುವ ಪಾಪಿಗಳಿಗೆಲ್ಲ ದುಡ್ಡಿನ ಬಲದಿಂದಲೇ ಆದರ್ಶ ವ್ಯಕ್ತಿ ಎನಿಸಿಕೊಳ್ಳುವ ಹುಚ್ಚು ಕನಸು. ಮಾಂಸದ ಚೂರು ಎಸೆದರೆ ಬಾಲ ಅಲ್ಲಾಡಿಸುತ್ತಾ ಬರುವ ಬೀದಿನಾಯಿಗಳಂತೆ ಹಿಂದೆ ಬರುವ ಗುರಿಯಿಲ್ಲದ ಯುವಕರು, ಕೊಟ್ಟ ದುಡ್ಡಲ್ಲಿ ಒಂದಿಷ್ಟು ಉಳಿಸಿಕೊಂಡು ಅವರು ಹಾಕಿಸುವ ಭಯಾನಕ ಮುಖಗಳ ಫ್ಲೆಕ್ಸ್‌ಗಳು... ಅಬ್ಬಾ. ನೈತಿಕ ಅಧಃಪತನದ ಕೊನೆಯ ಮೆಟ್ಟಿಲು! ಆದರೆ ಈ ಎಲ್ಲದರ ಆಯುಷ್ಯ ಗರಿಗರಿ ನೋಟುಗಳು ಕರಗುವವರೆಗೆ ಮಾತ್ರ.

ಈಗಿನ ಕಾಲದಲ್ಲಿ ಗಾಂಧಿಯಂತಹವರು ಔಟ್‌ಡೇಟೆಡ್ ಎಂದು ಹೇಳುವ ಮೂರ್ಖರಿಗೆ ತನ್ನ ಕರುಣೆಯ ಕಣ್ಣುಗಳಿಂದಲೇ ಲಕ್ಷಾಂತರ ಜನ ಅನುಯಾಯಿಗಳನ್ನು ಸಂಪಾದಿಸಿದ್ದ ಬೋಳು ತಲೆಯ ಬೊಚ್ಚು ಬಾಯಿಯ, ನುಡಿಯಂತೆ ನಡೆದ ಗಾಂಧೀಜಿ ಎಲ್ಲ ಕಾಲಕ್ಕೂ ಸಲ್ಲುವ ರೋಲ್ ಮಾಡೆಲ್ ಎಂಬುದು ಗೊತ್ತಿಲ್ಲ. ಗಾಜಿನ ಚೂರುಗಳನ್ನೇ ನೋಡಿ ಅಭ್ಯಾಸವಾಗಿರುವ ಕಂಗಳು ನಿಜವಾದ ವಜ್ರ ಗುರುತಿಸದಂತಾದರೆ ತಪ್ಪು ವಜ್ರದ್ದಲ್ಲ ಬಿಡಿ, ನಷ್ಟ ಕೂಡ ವಜ್ರಕ್ಕಲ್ಲ. ನಮ್ಮ ನಮ್ಮ ರೋಲ್ ಮಾಡೆಲ್‌ಗಳ ಆಯ್ಕೆಯ ಸ್ವಾತಂತ್ರ್ಯ ನಮ್ಮದೆಂಬುದು ನಿಜವಾದರೂ ಬಾಳೆಂಬ ಸಂತೆಯಲ್ಲಿ ಸರಕು ಕೊಳ್ಳಲೆಂದು ಜೇಬು ತಡವಿದಾಗ ಹೊಳೆವ ಗಾಜಿನ ಚೂರು ಸಿಗುವ ದೌರ್ಭಾಗ್ಯ ನಮ್ಮದಾಗದಿರಲಿ.

ನಮ್ಮೊಳಗೊಂದು ಛಲದ ಕಿಡಿಯನ್ನು ಹೊತ್ತಿಸಲಿ ಸಾಧಕರ ಬದುಕು

ಅದು 1917ರ ಫೆಬ್ರುವರಿ 17ರ ತಣ್ಣನೆಯ ಬೆಳಗು. ತಮ್ಮದೇ ಬೆಳಗಿನ ಗಡಿಬಿಡಿಯಲ್ಲಿ ಮುಳುಗಿದ್ದ ಅಮೇರಿಕದ ಕನ್ಸಾಸ್ ಪ್ರಾಂತ್ಯದ ಕನ್ನಿಂಗ್‌ಹ್ಯಾಮ್ ಕುಟುಂಬಕ್ಕೆ ಅದು ತಮ್ಮ ಪಾಲಿಗೆ ದುರ್ದಿನವಾಗಲಿದೆ ಎಂಬ ಸಣ್ಣ ಸುಳಿವೂ ಇರಲಿಲ್ಲ. ಎಂಟರ ಹರೆಯದ ಪುಟ್ಟ ಗ್ಲೆನ್ ತನ್ನ ಅಣ್ಣ ಹದಿಮೂರರ ಹರೆಯದ ಫ್ಲಾಯ್ಡ್, ಹನ್ನೊಂದರ ಅಕ್ಕ ಲೇಥಾ ಮತ್ತು ಒಂಭತ್ತು ವರ್ಷದ ಮತ್ತೊಬ್ಬ ಅಣ್ಣ ರೇಮಂಡ್ ಜತೆ ಶಾಲೆಗೆ ಹೋಗಲು ತಯಾರಾಗುತ್ತಿದ್ದ. ಗ್ಲೆನ್‌ಗೆ ಅನ್ವರ್ಥ ಪಾದರಸ. ಗ್ಲೆನ್‌ಗೆ ಚಿಕ್ಕಂದಿನಿಂದಲೇ ಓಡುವುದೆಂದರೆ ಇಷ್ಟ, ಬರೀ ಇಷ್ಟವಲ್ಲ, ತುಂಬಾ ತುಂಬಾ ಇಷ್ಟ. ಅವನ ಅಮ್ಮ ರೋಸಾ ಅಂತೂ 'ಮಾರಾಯ ನಿನಗೆ ಓಡುವುದೆಂದರೆ ಪ್ರೀತಿ ಅಂತ ಗೊತ್ತು, ಅದರ ಅರ್ಥ ನಡೆಯಬಾರದು ಅಂತ ಅಲ್ಲ, ಮನೆಯೊಳಗಾದರೂ ನಡೆದಾಡು ಮಾರಾಯ ಓಡಬೇಡ' ಎಂದು ಮುದ್ದಿನಿಂದಲೇ ಗದರುತ್ತಿದ್ದಳು. ಅಪ್ಪ ಹೆನ್ರಿ

ತಾಯಿ ಮಕ್ಕಳ ಸಂಭಾಷಣೆಯನ್ನು ನೋಡಿ ಮುಗುಳ್ನಗುತ್ತಾ ಏನನ್ನೋ ಮಾಡುತ್ತಿದ್ದ.

ಯಾವಾಗಲೂ ಶಾಲೆಯ ಶಿಕ್ಷಕರು ಹಾಗೂ ಇತರ ಮಕ್ಕಳಿಗಿಂತ ಇವರೇ ಬೇಗ ಶಾಲೆಗೆ ಹೋಗುತ್ತಿದ್ದರು. ಅವತ್ತೂ ಅಷ್ಟೇ ಅಪ್ಪ ಅಮ್ಮನಿಗೆ ಟಾಟಾ ಹೇಳಿ ಶಾಲೆಗೆ ಬಂದರು. ಲೇಥಾ ಹೊರಗೆ ಜೋಕಾಲಿ ಆಡಲಾರಂಭಿಸಿದಳು. ಈ ಮೂವರು ಹೆಡ್‌ಮಾಸ್ಟರ್ ಇಟ್ಟಿದ್ದ ಕೀ ತೆಗೆದು ಎಂದಿನಂತೆ ಒಳಹೋದರು. ಹಿಮ ಹೆಚ್ಚು ಬಿದ್ದ ದಿನ ಅವರು ಶಾಲೆಯ ಒಳಗಿನ ಕಲ್ಲಿದ್ದಲಿನ ಒಲೆ ಉರಿಸಿ ಕೋಣೆಯನ್ನು ಬೆಚ್ಚಗೆ ಇಡುತ್ತಿದ್ದರು. ಫ್ಲಾಯ್ಡ್ ಸೌದೆ ಮತ್ತು ಕಲ್ಲಿದ್ದಲನ್ನು ಒಲೆಗೆ ಹಾಕುತ್ತಿದ್ದ. ಹಿಂದಿನ ದಿನ ಶಾಲೆಯಲ್ಲಿ ಯಾವುದೋ ಕಾರ್ಯಕ್ರಮವಿದ್ದುದರಿಂದ ಕೆಲವು ಕಲ್ಲಿದ್ದಲುಗಳು ಸಣ್ಣಕೆ ಉರಿಯುತ್ತಿದ್ದವು. ಗ್ಲೆನ್ ಕೂಡ ಅಣ್ಣನಿಗೆ ಸಹಾಯ ಮಾಡಲು ಒಲೆಯ ಹತ್ತಿರ ಬಂದ. ಎಂದಿನಂತೆ ಕ್ಯಾನ್‌ನಲ್ಲಿದ್ದ ಸೀಮೆ ಎಣ್ಣೆಯನ್ನು ಒಲೆಗೆ ಸುರುವಿದ್ದಷ್ಟೇ!! ಬಾಂಬ್ ಸ್ಫೋಟವಾದಂತೆ ಸದ್ದಾಯಿತು. ಸೀಮೆಎಣ್ಣೆಯ ಕ್ಯಾನಿನ ಬದಲು ಹಿಂದಿನ ದಿನ ಯಾರೋ ಅಚಾತುರ್ಯದಿಂದ ಒಲೆಯ ಪಕ್ಕಕ್ಕೆ ಇಟ್ಟ ಗ್ಯಾಸೋಲಿನ್ ಕ್ಯಾನ್ ಆತನ ಕೈಗೆ ಸಿಕ್ಕಿತ್ತು. ಫ್ಲಾಯ್ಡ್ ಅದನ್ನೇ ಒಲೆಗೆ ಸುರಿದಿದ್ದ. ಅಷ್ಟೇ!! ಆ ಪುಟ್ಟ ಶಾಲೆ ಬೆಂಕಿಯ ಚೆಂಡಿನಂತೆ ಉರಿಯತೊಡಗಿತ್ತು. ಸ್ಫೋಟದ ಒಂಭತ್ತನೇ ದಿನ ದೇಹ ಪೂರ್ತಿ ಸುಟ್ಟುಹೋಗಿದ್ದ ಫ್ಲಾಯ್ಡ್ ಕೊನೆಯುಸಿರೆಳೆದ.

ಗ್ಲೆನ್ ಪವಾಡವೆಂಬಂತೆ ಬದುಕುಳಿದ. ಆದರೆ ಅದು ಆತನ ಯಾತನಾಮಯ ಹೋರಾಟದ ಪ್ರಾರಂಭ ಮಾತ್ರವಾಗಿತ್ತು. ಆತನ ಕಾಲುಗಳೆರಡೂ ಸುಟ್ಟು ಹೋಗಿದ್ದವು. ವೈದ್ಯರು ಕಾಲುಗಳನ್ನು ಕತ್ತರಿಸದಿದ್ದರೆ ಪ್ರಾಣಕ್ಕೇ ಅಪಾಯವಾಗಬಹುದೆಂದು ಎಚ್ಚರಿಸಿದ್ದರು. ಆತ ಅದೃಷ್ಟವಶಾತ್ ಬದುಕಿದರೂ ಎಂದಿಗೂ ನಡೆಯಲಾರ ಎಂದಿದ್ದರು. ಆತನ ಮೊಣಕಾಲಿನ ಮೇಲೆ, ಎಡಗಾಲಿನ ಬೆರಳುಗಳ ಮೇಲೆ ಒಂದು ಗ್ರಾಮ್ ಮಾಂಸವೂ ಇರಲಿಲ್ಲ. ಪಾದಗಳಂತೂ ಗುರುತು ಸಿಗದ ಹಾಗೆ ಆಗಿ ಹೋಗಿದ್ದವು.

ಒಂದು ದಿನ ಆಸ್ಪತ್ರೆಯಲ್ಲಿರುವಾಗ ಈತನನ್ನು ನೋಡಲು ಬಂದ ಒಬ್ಬ ಮಹಿಳೆ ಕೋಣೆಯಿಂದ ಹೊರಗೆ ತಾಯಿಯ ಹತ್ತಿರ ಹೇಳುತ್ತಿದ್ದ ಮಾತುಗಳು ಈ ಬಾಲಕನ ಕಿವಿಗೆ ಬೀಳುತ್ತವೆ. “ನೀವಿದನ್ನು ಅನುಭವಿಸಲೇ ಬೇಕು ಬಿಡಿ. ಇನ್ನೇನು ಜೀವನಪೂರ್ತಿ ಗ್ಲೆನ್ ನಿರುಪಯುಕ್ತವಾಗಿ ಇರಬೇಕಷ್ಟೇ” ಆಕೆ ಹೋದ ಮೇಲೆ ತಾಯಿಯ ಹತ್ತಿರ ಎಂಟೇ ವರ್ಷದ ಆ ಪುಟ್ಟ ಮಗು ಹೇಳುತ್ತದೆ, “ಅಮ್ಮಾ ಆ ಹೆಂಗಸು ಬರೀ ಸುಳ್ಳಾಡುತ್ತಾಳೆ, ನಾನು ಯಾವುದೇ ಕಾರಣಕ್ಕೂ ಉಪಯೋಗವಿಲ್ಲದವನಾಗಿ ಇರುವುದಿಲ್ಲ” ಆಗ ರೋಸಾ ಮಗನ ಹಣೆಯ ಮೇಲೊಂದು ಮುತ್ತಿಟ್ಟು ಹೇಳುತ್ತಾಳೆ, ‘ನೀನು ಹೇಳಿದ್ದು ನಿಜ ಗ್ಲೆನ್,

ಆಕೆ ಹೇಳಿದ್ದು ಸರಿಯಲ್ಲ'. ತಾಯಿಯ ಈ ಮಾತು ಆಕೆಯ ಧ್ವನಿಯಲ್ಲಿದ್ದ ಭರವಸೆಗಾಗಿ ತಾನು ಜೀವನಪೂರ್ತಿ ಆಕೆಗೆ ಕೃತಜ್ಞನಾಗಿದ್ದೇನೆ ಎಂದಿದ್ದರು ಮುಂದೆ ಸಂದರ್ಶನವೊಂದರಲ್ಲಿ ಗ್ಲೆನ್. ನಾನು ನಡೆದೇ ನಡೆಯುತ್ತೇನೆ ಎಂದು ಹತ್ತಾರು ಸಾರಿ ಆ ಪುಟ್ಟ ಬಾಲಕ ತನ್ನಷ್ಟಕ್ಕೆ ತಾನೇ ಹೇಳಿಕೊಳ್ಳುತ್ತಿದ್ದ. ಗಾಯದ ಭೀಕರತೆ, ದುರ್ಗಂಧ ಎಲ್ಲವುಗಳ ಮಧ್ಯೆಯೂ ಗ್ಲೆನ್‌ನ ಕುಟುಂಬ ಆತನಿಗೆ ಅತ್ಯುತ್ತಮವಾದ ಚಿಕಿತ್ಸೆ ಒದಗಿಸಿತು, ಸೇವೆ ಮಾಡಿತು. ಆತ ಚೇತರಿಸಿಕೊಳ್ಳುತ್ತಿರುವಾಗಲೇ ಪಕ್ಕದ ಮನೆಯ ಹುಡುಗನೊಬ್ಬ ಹೇಳಿದ, 'ಓಹ್, ಗ್ಲೆನ್! ನೀನಿನ್ನು ನಡೆಯುವಹಾಗಿಲ್ಲವಾಯಿತಲ್ಲ!' ಆ ದಿನ ನಡೆಯಲೇಬೇಕೆಂಬ ತನ್ನ ತೀರ್ಮಾನ ಮತ್ತಷ್ಟು ಗಟ್ಟಿಯಾಯಿತು ಎನ್ನುತ್ತಾರೆ ಗ್ಲೆನ್. ಅಂತೂ 1917ರ ಕ್ರಿಸಮಸ್ ಮುಂಚಿನ ದಿನ ಅಂದರೆ ಸುಮಾರು ಹತ್ತು ತಿಂಗಳ ನಂತರ ಎರಡು ಹೆಜ್ಜೆ ನಡೆದ ಗ್ಲೆನ್ ತನ್ನ ಕುಟುಂಬದ ಕ್ರಿಸ್‌ಮಸ್‌ನ ಸಂಭ್ರಮವನ್ನು ಹೆಚ್ಚಿಸಿದ.

ಆದರೆ ಆತನ ಬಲಗಾಲು ಸೊಟ್ಟಗಾಗಿತ್ತು. ಒಂದು ಹೆಜ್ಜೆ ನೆಲಕ್ಕೂರಿದರೆ ಕತ್ತಿಯಿಂದ ಇರಿದ ಹಾಗೆ ನೋವಾಗಿ ಪ್ರಾಣ ಹೋಗುವಂತಾಗುತ್ತಿತ್ತು. ಆ ಪುಟ್ಟ ಬಾಲಕನಲ್ಲಿ ಅದು ಹೇಗೆ ಆ ಅಪರಿಮಿತ ಇಚ್ಛಾಶಕ್ತಿ ಇತ್ತೋ, ನೋವಾದರೂ ಬಿಡದೇ ನಡೆಯುವ ಅಭ್ಯಾಸ ಮಾಡುತ್ತಿದ್ದ. ಓಡುವುದು ಅವನ ಪ್ರೀತಿಯ ಹವ್ಯಾಸ ಆಗಿತ್ತಲ್ಲ, ಆತ ಆ ನೋವಿನಲ್ಲೇ ಓಡಲ್ಲೂ ಶುರು ಮಾಡಿಬಿಟ್ಟ! ದನದ ಬಾಲ ಹಿಡಿದುಕೊಂಡು ಅದು ಓಡುವಾಗ ತಾನೂ ಓಡುತ್ತಿದ್ದ!! ಕಾಲುಗಳ ಮೇಲೆ ಆದಷ್ಟೂ ಭಾರ ಕಡಿಮೆ ಹಾಕುವ ಆತನ ಉಪಾಯಗಳಾಗಿದ್ದವು ಈ ರೀತಿಯ ತಂತ್ರಗಳೆಲ್ಲ!! ಓಡುತ್ತಿರುವಾಗ ಒಂದು ವಿಷಯ ಆತನ ಅನುಭವಕ್ಕೆ ಬಂತು. ಆತನ ಕಾಲು ಓಡುವುದಕ್ಕಿಂತ ನಡೆಯುವಾಗಲೇ ಹೆಚ್ಚು ನೋಯುತ್ತಿತ್ತು!! ಸರಿ, ನಡೆಯುವುದಕ್ಕಿಂತ ಜಾಸ್ತಿ ಆತ ಓಡಲಾರಂಭಿಸಿದ.

ಆತನಿಗೆ ಹನ್ನೆರಡು ವರ್ಷವಾದಾಗ ಕನ್ನಿಂಗ್‌ಹ್ಯಾಮ್ ಕುಟುಂಬ ಎಲ್ಕಾರ್ಟ್‌ಗೆ ವಾಸ್ತವ್ಯ ಬದಲಾಯಿಸಿತು. ಓಡುವುದು ಗ್ಲೆನ್‌ಗೆ ಉಸಿರಾಟದಂತೆಯೇ ಸಹಜ ಸರಾಗ ಅಷ್ಟೇ ಅಲ್ಲ, ಅನಿವಾರ್ಯವೂ ಆಗಿತ್ತು. ಒಮ್ಮೆ ಒಂದು ಅಂಗಡಿಯೊಳಗೆ ಓಟದ ಸ್ಪರ್ಧೆಯೊಂದರ ವಿಜೇತರಿಗೆ ನೀಡುವ ಪದಕವೊಂದನ್ನು ನೋಡುತ್ತಾನೆ ಗ್ಲೆನ್. ಆ ಕ್ಷಣವೇ ಆ ಸ್ಪರ್ಧೆಯಲ್ಲಿ ಭಾಗವಹಿಸಲು ನಿರ್ಧರಿಸುತ್ತಾನೆ. ಆದರೆ ಆತನ ತಂದೆಗೆ ಅಥ್ಲೆಟಿಕ್ಸ್ ಎಂದರೆ ಅದೇಕೋ ಅಲರ್ಜಿ. ಮಕ್ಕಳು ಆಡಿ, ತೋಟದಲ್ಲಿ ಕೆಲಸ ಮಾಡಿ ಗಟ್ಟಿಯಾಗಬೇಕು, ಓಟದ ಸ್ಪರ್ಧೆಗಳೆಲ್ಲ ಬರೀ ಪ್ರದರ್ಶನ ಮಾತ್ರ ಎಂಬುದು ಅವರ ಅಭಿಪ್ರಾಯವಾಗಿತ್ತು. ಹಾಗಾಗಿ ಗ್ಲೆನ್ ಮನೆಯಲ್ಲಿ ಹೇಳದೇ ಸ್ಪರ್ಧೆಯಲ್ಲಿ ಭಾಗವಹಿಸುತ್ತಾನೆ. ಈತನೋ ನಾಲ್ಕನೇ ಗ್ರೇಡ್‌ನ ಪುಟ್ಟ ಹುಡುಗ. ಅಲ್ಲಿದ್ದ ಬಹುತೇಕ ಸ್ಪರ್ಧಾಳುಗಳು ಹೈಸ್ಕೂಲ್‌ನವರು. ಅವರೆಲ್ಲ ಸ್ಪೋರ್ಟ್ಸ್‌ಶೂ,

ಶಾರ್ಟ್ಸ್ ಹಾಕಿದರೆ ಈತ ಮಾಮೂಲಿ ಬಟ್ಟೆ, ಶೂ ಹಾಕಿರುತ್ತಾನೆ! ಆದರೂ ಒಂದು ಮೈಲು ದೂರದ ಆ ಓಟದಲ್ಲಿ ಗ್ಲೆನ್ ತನಗಿಂತ ದೊಡ್ಡ ಹುಡುಗರನ್ನು ಸೋಲಿಸಿ ಗೆಲ್ಲುತ್ತಾನೆ.

ಶಾಲೆಯ ನಂತರ ಚಿಕ್ಕ ಪುಟ್ಟ ಕೆಲಸಗಳನ್ನೂ ಮಾಡುತ್ತ, ಓಟದ ಪ್ರಾಕ್ಟೀಸ್ ಕೂಡ ಮಾಡುತ್ತಿರುತ್ತಾನೆ. ಹೈಸ್ಕೂಲ್ ಕೊನೆಯ ವರ್ಷದಲ್ಲಿ ಒಂದು ಮೈಲು ದೂರವನ್ನು ನಾಲ್ಕೂವರೆ ನಿಮಿಷದೊಳಗೆ ಕ್ರಮಿಸಿ ಹೊಸ ದಾಖಲೆ ನಿರ್ಮಿಸುತ್ತಾನೆ. ಕನ್ಸಾಸ್ ಯೂನಿವರ್ಸಿಟಿಯಲ್ಲಿಯೂ ಗ್ಲೆನ್ ಅಜೇಯನಾಗುತ್ತಾನೆ. ಲಾಸ್ ಏಂಜಲೀಸ್ ಓಲಂಪಿಕ್ಸ್‌ಗೆ ಆಯ್ಕೆಯಾದರೂ ಗಂಟಲು ನೋವಿನಿಂದ ನಾಲ್ಕನೇ ಸ್ಥಾನ ಪಡೆಯುತ್ತಾನೆ. ಆದರೂ ಗ್ಲೆನ್‌ನ ಅದ್ಭುತ ಇತಿಹಾಸ ಎಲ್ಲರಿಗೂ ಗೊತ್ತಾಗಿರುವುದರಿಂದ ಆತ ವಿಶ್ವಮಟ್ಟದಲ್ಲಿ ಸೆಲೆಬ್ರಿಟಿಯಾಗುತ್ತಾನೆ. 'ಟ್ರ್ಯಾಕ್ ಮೇಲೆ ಕಾಲಿಟ್ಟ ಅತ್ಯಂತ ಸಶಕ್ತ ಅಥ್ಲೀಟ್' ಎಂಬ ಬಿರುದಿಗೆ ಪಾತ್ರನಾಗುತ್ತಾನೆ. ಕಾಲೇಜಿನ ಕೊನೆಯ ವರ್ಷ ವಿಶ್ವದಾಖಲೆಯನ್ನೂ ನಿರ್ಮಿಸುತ್ತಾನೆ. 1936ರ ಬರ್ಲಿನ್ ಓಲಂಪಿಕ್ಸ್‌ನಲ್ಲಿ ಆತನ ಓಟ ನೋಡಲು ಹಿಟ್ಲರ್ ಹಾಜರಿರುತ್ತಾನೆ. ಆ ಓಟದಲ್ಲಿ ಗ್ಲೆನ್ ವಿಶ್ವದಾಖಲೆ ಮುರಿದರೂ ಎರಡನೇ ಸ್ಥಾನ ಗಳಿಸುತ್ತಾನೆ. ನಂತರ ಮಾಸ್ಟರ್ ಡಿಗ್ರಿ ಮುಗಿಸಿ ಡಾಕ್ಟರೇಟ್ ಕೂಡ ಮಾಡುತ್ತಾನೆ. ಆ ನಡುವೆ ಇಪ್ಪತ್ತೈದಕ್ಕೂ ಹೆಚ್ಚು ಸ್ಪರ್ಧೆಗಳನ್ನು ಗೆಲ್ಲುತ್ತಾನೆ. 1940ರ ಓಲಂಪಿಕ್ಸ್ ಯುದ್ಧದ ಕಾರಣ ರದ್ದಾದಾಗ ಗ್ಲೆನ್ ನಿವೃತ್ತಿ ಘೋಷಿಸುತ್ತಾನೆ.

ನಮ್ಮಲ್ಲಿ ನಾವು ನಂಬಿಕೆಯಿಡುವುದರಿಂದ ಅದ್ಭುತಗಳನ್ನು ಸಾಧಿಸಬಹುದೆಂಬುದಕ್ಕೆ ಅತ್ಯುತ್ತಮ ಉದಾಹರಣೆ ಗ್ಲೆನ್‌ರ ಸಾಹಸಗಾಥೆಯಂತಹ ಬದುಕು. ಚಿಕ್ಕಂದಿನಿಂದಲೂ 'ಮನುಷ್ಯ ಹೃದಯದಿಂದ ಏನನ್ನು ಬಲವಾಗಿ ಯೋಚಿಸುತ್ತಾನೋ ಅದೇ ಆಗುತ್ತಾನೆ' ಎಂಬ ವಾಕ್ಯ ಗ್ಲೆನ್‌ಗೆ ಅಚ್ಚುಮೆಚ್ಚು. ಯಾವುದರಲ್ಲೇ ಆಗಲಿ, ಅತ್ಯುತ್ತಮವಾಗಿರಬೇಕೆಂಬುದು ಆತನ ಗುರಿಯಾಗಿತ್ತು. ಗೆಲುವಿಗಾಗಿ ಪ್ರಯತ್ನಿಸುವುದು ಹೇಗಿರಬೇಕೆಂದರೆ ಸೋಲುವುದು ಅಸಾಧ್ಯವಾಗಬೇಕೆಂದು ಆತ ಯಾವಾಗಲೂ ಹೇಳುತ್ತಿದ್ದ. ನನ್ನಿಂದ ಆಗುವುದಿಲ್ಲ ಬಿಡು ಎಂದು ಸವಾಲುಗಳಿಗೆ ಮಿತಿ ಹೇರಿಕೊಳ್ಳುವವರು ಸಾಮಾನ್ಯರು. ಆದರೆ ಬದುಕಿನ ಮಿತಿಗಳಿಗೇ ಸವಾಲು ಒಡ್ಡುವವರು? ಗ್ಲೆನ್‌ನಂತಹ ಅಸಾಮಾನ್ಯರು. ಬದುಕುತ್ತಾನೆ ಎಂದೇ ನಿರೀಕ್ಷಿಸದ, ಬದುಕಿದರೂ ನಡೆಯುವುದಂತೂ ಅಸಾಧ್ಯ ಎಂದುಕೊಂಡ, ಅಕಾಸ್ಮಾತ್ ನಡೆದೇಬಿಟ್ಟರೂ ಓಡುವ ಕನಸೂ ಕಾಣಲಾಗದ ಹುಡುಗನೊಬ್ಬ ಓಟದಲ್ಲಿ ವಿಶ್ವದಾಖಲೆಯನ್ನೇ ನಿರ್ಮಿಸಿದ ಈ ಕಥೆ ನಮ್ಮೊಳಗೊಂದು ಛಲದ ಕಿಡಿಯನ್ನು ಹೊತ್ತಿಸುವಂತಾಗಲಿ.

ರೆಕ್ಕೆ ಮುರಿದರೂ ಹಾರಾಟ ನಿಲ್ಲಿಸದ ಹಕ್ಕಿ!

■ ಕರೋಲಿ ಟಕಾಕ್ಸ್! ಈ ಹೆಸರು ನಮಗೆ ಅಷ್ಟೇನೂ ಪರಿಚಿತವಲ್ಲ. ನೆನಪಿಟ್ಟುಕೊಳ್ಳಲು ಸುಲಭವಾದ ಹೆಸರೂ ಅಲ್ಲವದು. ಆದರೆ ಹಂಗರಿ ದೇಶದಲ್ಲಿ ಟಕಾಕ್ಸ್ ಎಂದರೆ ಪ್ರತಿಯೊಬ್ಬರ ಬಾಯಿ ತುದಿಯಲ್ಲಿರುವ ಹೆಸರು, ಅವನ ನಂಬಲಸಾಧ್ಯವಾದ ಕಥೆಯೋ ಪ್ರತಿಯೊಬ್ಬರಿಗೂ ಬಾಯಿಪಾಠ. ಅಲ್ಲಾತ ರಾಷ್ಟ್ರೀಯ ಹೀರೋ!! ಬದುಕಿನ ಬಂಡಿ ಎಳೆಯಲು ನೂರು ಕಾರಣಗಳಿದ್ದರೂ ಇಲ್ಲದ ಕಾರಣಗಳನ್ನು ಕಲ್ಪಿಸಿಕೊಂಡು ಸೋಲನ್ನಪ್ಪಿಕೊಳ್ಳುವವರ ನಡುವೆ ಹಿಮ್ಮೆಟ್ಟಲು ಸಾವಿರ ಕಾರಣಗಳಿದ್ದರೂ ಛಲವೊಂದನ್ನೇ ಗಟ್ಟಿಯಾಗಿ ಹಿಡಿದು ಅಸಾಧ್ಯವನ್ನು ಸಾಧಿಸಿದ ಟಕಾಕ್ಸ್‌ನನ್ನು ಹೀರೋ ಎನ್ನುವ ಬದಲು ಸೂಪರ್ ಹೀರೋ ಎಂದರೇ ಸರಿಯಾದೀತೇನೋ? ಟಕಾಕ್ಸ್‌ನ ಕಥೆಯನ್ನು ಓದಿದ ಯಾರೂ ಕೂಡ ಆತನನ್ನು ಮರೆಯಲಾರರು. ವ್ಯಕ್ತಿ ಮನಸ್ಸು ಮಾಡಿದರೆ ಅಸಾಧ್ಯವಾದದ್ದು ಯಾವುದೂ ಇಲ್ಲ ಎಂಬುದನ್ನು

ಸಾಬೀತುಪಡಿಸಿದ ಟಕಾಕ್ಸ್‌ನಂತಹ ಚೇತನಗಳು ಜನಮಾನಸದಲ್ಲಿ ಸದಾ ಅಮರರು.

ಹಂಗರಿಯ ಸೈನ್ಯದಲ್ಲಿ ಸೇವೆ ಸಲ್ಲಿಸುತ್ತಿದ್ದ ಟಕಾಕ್ ಅತ್ಯುತ್ತಮ ಶೂಟರ್. ಜಗತ್ತಿನ ಟಾಪ್ ಶೂಟರ್ಸ್‌ಗಳಲ್ಲಿ ಅವನದು ಮೊದಲನೇ ಹೆಸರು. ಟೋಕಿಯೋದಲ್ಲಿ ನಡೆಯಲಿರುವ 1940ರ ಓಲಂಪಿಕ್ಸ್‌ನಲ್ಲಿ ಚಿನ್ನದ ಪದಕ ಅವನಿಗೇ ಎಂದು ಕ್ರೀಡಾಪ್ರೇಮಿಗಳು ತೀರ್ಮಾನಿಸಿಯಾಗಿತ್ತು. ಆತನ ಕನಸೂ ಅದೇ. ಓಲಂಪಿಕ್ಸ್‌ನ ಶೂಟಿಂಗ್ ವಿಭಾಗದಲ್ಲಿ ಚಾಂಪಿಯನ್ ಆಗುವುದು. ಅದಕ್ಕಾಗಿ ಆತ ಬಹಳ ಶ್ರಮ ಪಡುತ್ತಿರುತ್ತಾನೆ. ಹಗಲೂರಾತ್ರಿ ಪ್ರ್ಯಾಕ್ಟೀಸ್ ಮಾಡುತ್ತಿರುತ್ತಾನೆ. ಆದರೆ ಪಂದ್ಯಾವಳಿಗೆ ಎರಡು ವರ್ಷ ಬಾಕಿ ಇದೆ ಎನ್ನುವಷ್ಟರಲ್ಲಿ ಅನಿರೀಕ್ಷಿತ ಆಘಾತವೊಂದು ಸಂಭವಿಸುತ್ತದೆ. ಹ್ಯಾಂಡ್ ಗ್ರೆನೇಡ್ ಕೈಯ್ಯಲ್ಲೇ ಸ್ಫೋಟಿಸಿ ಆತ ತನ್ನ ಬಲಗೈ ಕಳೆದುಕೊಳ್ಳುತ್ತಾನೆ.

ಹೇಗಾಗಿರಬಹುದು ಆತನಿಗೆ? ಒಂದೆಡೆ ಬಲಗೈಹೋದ ಸಂಕಟ, ಇನ್ನೊಂದೆಡೆ ಓಲಂಪಿಕ್ಸ್ ಕನಸು ನುಚ್ಚು ನೂರಾದ ನೋವು! ಮತ್ತೊಬ್ಬರಾದರೆ ಎದೆಗುಂದಿಬಿಡುವ ಪರಿಸ್ಥಿತಿ. ಸ್ವಮರುಕದಲ್ಲಿ ಜೀವನಪೂರ್ತಿ ಮುಳುಗಿಯೇ ಇರುವ ಸಂದರ್ಭ. ಆದರೆ ಟಕಾಕ್ಸ್! 28ರ ತರುಣ ಟಕಾಕ್ಸ್ ವಿಧಿ ತನಗೆ ತೋರಿಸಿದ ಈ ದುರಂತದ ಹಾದಿಯಲ್ಲಿ ನಡೆಯಲು ಬಿಲ್‌ಕುಲ್ ಒಪ್ಪಲಿಲ್ಲ. ಯಾರೂ ಯೋಚಿಸಲೂ ಸಾಧ್ಯವಿಲ್ಲದ ಕೆಲಸಕ್ಕೆ ಆತ ಕೈಹಾಕಿದ. ಹಗೂರಕ್ಕೆ ಎದ್ದು ಎಡಗೈಲಿ ಪಿಸ್ತೂಲು ಹಿಡಿದು ಅಭ್ಯಾಸ ಮಾಡತೊಡಗಿದ. ನಿನ್ನ ಕನಸು ಮಣ್ಣುಗೂಡಿತು ಎಂದು ಜಗತ್ತೇ ಹೇಳುವಾಗ 'ಅದು ಹೇಗೆ ಸಾಧ್ಯ? ನನ್ನ ಬದುಕಿನ ಗತಿಯನ್ನು ನಿರ್ಧರಿಸುವವನು ನಾನೇ' ಎಂದು ಎಂದು ಆತ ಶ್ರಮ ಪಡತೊಡಗಿದ. ಕಳೆದುಕೊಂಡದ್ದು ಅಮೂಲ್ಯವೇ, ಚಿನ್ನ ಪಡೆಯುವ ತಾಕತ್ತಿದ್ದ ಕೈ ಅದು. ಆದರೆ ಅದು ಮತ್ತೆಂದೂ ವಾಪಾಸು ಬರಲಾರದು. ಆದರೆ ಈಗ ಇರುವುದು ಒಂದಕ್ಷರ ಬರೆಯಲೂ ಬರದ ಎಡಗೈ. ಆದರೆ ಇರುವುದು ಅದೇ. ಕಳೆದುಕೊಂಡದ್ದರ ಬಗ್ಗೆ ಯೋಚಿಸುತ್ತ ಕೂರುವ ಬದಲು ಇರುವುದನ್ನು ಉಪಯೋಗಿಸಿಕೊಳ್ಳುವ ಬಗ್ಗೆ ಆತ ಯೋಚಿಸಿದ, ಚಾಂಪಿಯನ್ನರ ಹಾಗೆ. ತಿಂಗಳುಗಟ್ಟಲೆ ಏಕಾಂಗಿಯಾಗಿ ತರಬೇತಿ ಆರಂಭಿಸಿದ. ಯಾರಿಗೂ ಇದರ ಕುರಿತು ಹೇಳಲಿಲ್ಲ. ಬೇರೆ ಯಾರಾದರೂ ತನ್ನನ್ನು ಅಪಹಾಸ್ಯ ಮಾಡಬಹುದು, ನಿರುತ್ಸಾಹಗೊಳಿಸಬಹುದು ಎಂದು ಆತ ಭಯಪಟ್ಟಿದ್ದ.

1939ರಲ್ಲಿ ಅಂದರೆ ಘಟನೆ ನಡೆದ ಒಂದು ವರ್ಷದ ನಂತರ ನಂತರ ರಾಷ್ಟ್ರೀಯ ಚಾಂಪಿಯನ್ ಶಿಪ್ ನಡೆಯುತ್ತಿರುವ ಸ್ಥಳಕ್ಕೆ ಹೋಗುತ್ತಾನಾತ. ಇತರ ಸ್ಪರ್ಧಿಗಳು ಆತನ ಸುತ್ತ ಮುತ್ತಿಕೊಳ್ಳುತ್ತಾರೆ. ಎಂಥ ಸ್ಪಿರಿಟ್ ಮಾರಾಯ ನಿಂದು, ಇಂಥ ಪರಿಸ್ಥಿತಿಯಲ್ಲೂ ನೀನು ನಮಗೆ ಆಲ್ ದ ಬೆಸ್ಟ್ ಹೇಳಲು

ಬಂದೆಯಲ್ಲ, ಯು ಆರ್ ಗ್ರೇಟ್ ಎನ್ನುತ್ತಾರೆ. ಆಗ ಟಕಾಕ್ಸ್ ಮುಗುಳ್ನಕ್ಕು ಹೇಳುತ್ತಾನೆ, ನಾನು ನಿಮ್ಮನ್ನು ಹುರಿದುಂಬಿಸಲು ಬಂದಿಲ್ಲ, ಬದಲು ನಿಮ್ಮ ಜತೆ ಸ್ಪರ್ಧಿಸಲು ಬಂದಿದ್ದೇನೆ. ತಮ್ಮ ಬಲಿಷ್ಠ ಕೈನಿಂದ ಸ್ಪರ್ಧಿಸುತ್ತಿದ್ದ ಎಲ್ಲ ಸ್ಪರ್ಧಿಗಳ ಜತೆ ಎಡಗೈನಿಂದ ಸ್ಪರ್ಧಿಸಿದ ಟಕಾಕ್ಸ್ ಗೆಲ್ಲುತ್ತಾನೆ ಕೂಡ!

ಆದರೆ ದುರ್ದೈವ ನೋಡಿ, 1940ರ ಓಲಂಪಿಕ್ಸ್ ಎರಡನೇ ವಿಶ್ವಯುದ್ಧದ ಕಾರಣಕ್ಕೆ ರದ್ದಾಯಿತು. ಪೆಟ್ಟಿನ ಮೇಲೆ ಪೆಟ್ಟು. ಆದರೂ ಟಕಾಕ್ಸ್ ಭರವಸೆಯನ್ನು ಬಿಡುವುದಿಲ್ಲ. ನಿರಂತರವಾಗಿ ತರಬೇತಿಯನ್ನು ಮುಂದುವರೆಸುತ್ತಿರುತ್ತಾನೆ. ನಮಗೆ ಗೊತ್ತಿದೆ, ಕ್ರೀಡಾಪಟುಗಳ ತರಬೇತಿಯ ಅವಧಿಯೆಂದರೆ ಅದೊಂದು ತಪಸ್ಸು. ಅಲ್ಲಿ ಶ್ರದ್ಧೆ, ತಾಳ್ಮೆ, ಕುಗ್ಗದ ಮನೋಬಲ ಎಲ್ಲವೂ ಮೇಳೈಸಿರಬೇಕಾಗುತ್ತದೆ. ವರ್ಷವರ್ಷಗಳ ಕಾಲ ಇವೆಲ್ಲವನ್ನೂ ಮುಂದುವರೆಸಿಕೊಂಡು ಹೋಗುವ ಅಪಾರ ಸಾಮರ್ಥ್ಯವೂ ಇರಬೇಕಾಗುತ್ತದೆ.

ಆದರೆ ವಿಧಿ ನೋಡಿ. 1944ರ ಓಲಂಪಿಕ್ಸ್ ಕೂಡ ವಿಶ್ವಯುದ್ಧದ ಕಾರಣಕ್ಕೆ ರದ್ದಾಗುತ್ತದೆ. ಅದಾಗಲೇ ಟಕಾಕ್ಸ್‌ಗೆ 34 ವರ್ಷ. ಸಕ್ರಿಯ ಕ್ರೀಡಾಳುವೊಬ್ಬ ನಿವೃತ್ತನಾಗುವ ವಯಸ್ಸು. ಆದರೆ ಹಣೆಬರಹಕ್ಕೇ ಸವಾಲು ಹಾಕುತ್ತ ಬದುಕುತ್ತಿದ್ದ ಟಕಾಕ್ಸ್ ಹಿಂದೆಗೆಯುವ ಪ್ರಶ್ನೆಯೇ ಇರಲಿಲ್ಲ. 1948ರ ಲಂಡನ್ ಓಲಂಪಿಕ್ಸ್‌ನಲ್ಲಿ ಟಕಾಕ್ಸ್ ಜಗತ್ತೇ ನಿಬ್ಬೆರಗಾಗುವಂತೆ ಚಿನ್ನ ಗೆದ್ದುಬಿಟ್ಟ!! ಅದೂ ಜತೆಯಲ್ಲಿ ಸ್ಪರ್ಧಿಸಿದ್ದ ವಿಶ್ವ ಚಾಂಪಿಯನ್ ಕಾರ್ಲೋಸ್ ಎನ್ರಿಕ್‌ನನ್ನು ಸೋಲಿಸಿ!! ಅದೂ ಎಡಗೈಲಿ! ಅದೂ 38 ವರ್ಷಕ್ಕೆ!! ವಿಶ್ವ ಚಾಂಪಿಯನ್ ಕಾರ್ಲೋಸ್ ಟಕಾಕ್ಸ್‌ನ ಅಪಘಾತದ ಬಗ್ಗೆ ಕೇಳಿದ್ದನಷ್ಟೇ. ಇಲ್ಲೇನು ಮಾಡುತ್ತಿದ್ದಿಯಾ ಎಂದು ಟಕಾಕ್ಸ್‌ನನ್ನು ಕೇಳಿದನಂತೆ, ಆಗ ಈತ ವಿಶ್ವದಾಖಲೆ ಮಾಡುವುದು ಹೇಗೆ ಎಂದು ಕಲಿಯಲು ಬಂದಿದ್ದೇನೆ ಎಂದನಂತೆ. ಟಕಾಕ್ಸ್ ಚಿನ್ನ ಗೆದ್ದ ಮೇಲೆ ಕಾರ್ಲೋಸ್ ನೀನು ಕಲಿತದ್ದು ಬೇಕಾದಷ್ಟಾಯಿತು ಎಂದು ಅಭಿನಂದಿಸಿದನಂತೆ!

ಎಂತಹ ಛಲದಂಕಮಲ್ಲ ಈ ಟಕಾಕ್ಸ್!! ಮತ್ತೊಬ್ಬರಾದರೆ ತನ್ನ ಕನಸು ನನಸಾದ ಖುಷಿಯಲ್ಲಿ, ಜಗದ ಹೊಗಳಿಕೆಯಲ್ಲಿ ಮುಳುಗಿಹೋಗಿ ನಿವೃತ್ತರಾಗಿಬಿಡುತ್ತಿದರೇನೋ? ಆದರೆ ಟಕಾಕ್ಸ್ ತರಬೇತಿ ಮುಂದುವರೆಸಿದ. ಅವನ ಜೀವನವೇ ಶೂಟಿಂಗ್ ಆಗಿಹೋಗಿತ್ತು. 1952ರ ಹೆಲ್ಸಿಂಕಿ ಓಲಂಪಿಕ್ಸ್‌ನಲ್ಲಿ ಮತ್ತೊಂದು ಚಿನ್ನ ಗೆದ್ದ!! ಮತ್ತು 25 ಮೀಟರ್ ರ್‍ಯಾಪಿಡ್ ಫೈರ್ ಪಿಸ್ತೂಲ್ ವಿಭಾಗದಲ್ಲಿ ಸತತ ಎರಡು ಚಿನ್ನ ಗಳಿಸಿದ ಮೊದಲಿಗನಾದ!! ಅದಕ್ಕೇ ಆತ ಓಲಂಪಿಕ್ಸ್ ಹೀರೋಗಳ ಪಟ್ಟಿಯಲ್ಲಿ ಸ್ಥಾನ ಪಡೆದಿದ್ದಾನೆ.

ನಮ್ಮೆಲ್ಲರಿಗೂ ಮಾದರಿ ಟಕಾಕ್ಸ್! ಬಲಗೈ ಕಳೆದುಕೊಂಡರೂ ಛಲಬಿಡದೇ ಅವುಡುಗಚ್ಚಿ ಎಡಗೈ ಅನ್ನೇ ಪಳಗಿಸಿದನಲ್ಲ! ಸೋಲಲು ಕಾರಣಗಳು ಸಾವಿರವಿವೆ. ಆದರೆ ಗೆಲ್ಲಲು ಇರುವ ಕಾರಣ ಒಂದೇ, ಅದು

ಛಲ ಎಂಬುದನ್ನು ನಿರೂಪಿಸಿದನಲ್ಲ. ಇಂತಹ ಜೀವಂತ ಉದಾಹರಣೆಗಳನ್ನು ಎದುರಿಗಿಟ್ಟುಕೊಂಡು ನಾವೇನು ಮಾಡುತ್ತಿದ್ದೇವೆ? ಮತ್ತದೇ ರಾಗ! ನಮ್ಮ ಸೋಲಿಗೆ ಬೇರೆಯವರನ್ನು ದೂರುತ್ತ, ಗೆಲ್ಲಲಾಗದೇ ಹೋದುದಕ್ಕೆ ಹೊಸಹೊಸ ಕಾರಣಗಳನ್ನು ಹುಟ್ಟುಹಾಕುತ್ತ ಮನಸ್ಸಿಗೆ ಮೂರುಕಾಸಿಗೂ ಪ್ರಯೋಜನಕ್ಕೆ ಬಾರದ ಸಮಾಧಾನ ಹೇಳುತ್ತ ಅಮೂಲ್ಯ ಸಮಯವನ್ನು ಇಷ್ಟಿಷ್ಟೇ ವ್ಯಯಿಸುತ್ತಿದ್ದೇವೆ. ಅದೇ ಸಮಯದಲ್ಲಿ ಗೆದ್ದವನನ್ನು ನೋಡಿ ಇವನ್ಯಾವ ಸೀಮೆ ದೊಡ್ಡಮನುಷ್ಯ, ನಸೀಬು ಇದ್ದಿದ್ದರೆ ನಾನೂ ಎಲ್ಲೋ ಇರ್ತಿದ್ದೆ ಎಂದುಕೊಳ್ಳುತ್ತಾ ಸಣ್ಣಕೆ ಉರಿದುಕೊಳ್ತೇವೆ. ಬೇಸರದ ಸಂಗತಿಯೆಂದರೆ ಇವೆಲ್ಲ ಮಾಡುವುದರ ಬದಲು ನಮ್ಮ ಅಪೂರ್ಣ ಕೆಲಸವನ್ನೇ ತಾಳ್ಮೆಯಿಂದ ಮುಂದುವರೆಸಿಕೊಂಡು ಹೋಗಿದ್ದರೆ ಹೀಗೆ ಗೊಣಗುವ ಅವಶ್ಯಕತೆಯೇ ಇರುತ್ತಿರಲಿಲ್ಲವೆಂದು ನಮಗೆ ಗೊತ್ತೇ ಆಗುವುದಿಲ್ಲ!! ಹುದುಲುಮರಳು ನಿಧಾನವಾಗಿ ತನ್ನೊಡಲಲ್ಲಿ ತನ್ನ ಬಲಿಯನ್ನು ಹುದುಗಿಸಿಕೊಳ್ಳುವಂತೆ ಸಿನಿಕತನ ನಮ್ಮನ್ನು ಆವರಿಸುವುದು ಹೀಗೆ!!

ಏಕೆ ಸಿನಿಕರಾಗಬೇಕು ನಾವು? ಅರ್ಥಪೂರ್ಣವಾಗಿ ನಮ್ಮ ಬದುಕನ್ನು ಕಳೆಯುವ ಸಕಲ ಅವಕಾಶಗಳೂ ಇರುವಾಗ!! ಟಕಾಕ್ಸ್ ಅನುಭವಿಸಿದ ನೋವಿನ ಮುಂದೆ ನಮ್ಮ ಕಷ್ಟಗಳು ಜುಜುಬಿ ತಾನೇ? ಟಕಾಕ್ಸ್‌ನ ಸಾಧನೆ ಅತ್ಯಪರೂಪದ್ದು. ತನ್ನ ಬಗ್ಗೆ ತಾನು ಕನಿಕರ ಪಡುತ್ತಾ ನನಗೇ ಹೀಗೇಕಾಯಿತೋ ಎಂದು ಕೊರಗುತ್ತ ತನ್ನ ಉಳಿದ ಎಲ್ಲ ಆಯುಷ್ಯವನ್ನೂ ಕಳೆಯುವ ಹಕ್ಕು ಆತನಿಗಿತ್ತು, ಕಾರಣ ಆತನಿಗಾದದ್ದು ಸಾಮಾನ್ಯ ಅಪಘಾತವಲ್ಲ.

ಆದರೆ ನಾವು ಅವನ ಶ್ರಮದ ಕೆಲವೇ ಭಾಗ ಪ್ರಯತ್ನ ಹಾಕಿದರೂ ಸಾಕು, ನಮ್ಮೆಲ್ಲ ಕನಸನ್ನೂ ನನಸು ಮಾಡಿಕೊಳ್ಳಬಹುದು! ಮರೀಚಿಕೆಯಂತಹ ತಣ್ಣನೆ ಝರಿ ಎಲ್ಲ ಕಡೆಯೂ ಇರುತ್ತದೆ. ಆದರೆ ಸದಾ ಮನೆಯ ಹತ್ತಿರದ ಕೆರೆಯಲ್ಲಿ ಕಾಲು ಮುಳುಗಿಸಿ ಪಡೆವ ಖುಷಿಗಿಂತ ಕುದಿವ ಮರಳಲ್ಲಿ ನಡೆದ ದಣಿದ ಪಾದಗಳಿಗೆ ಮರೀಚಿಕೆಯ ತಣ್ಣನೆಯ ಜಲ ಸೋಕಿದರೆ ಹಾಯೆನ್ನುವ ಹಾಗಿರುತ್ತದೆ ಶ್ರಮದ ಫಲ. ಅದಕ್ಕೂ ಮುನ್ನ ಮರಳುಗಾಡಲ್ಲಿ ನಡೆಯಲು ಪ್ರಾರಂಭಿಸೋಣ. ಬೀಳುವುದು ಸಹಜ, ಆದರೆ ಬಿದ್ದರೂ ಸೋಲೊಪ್ಪಿಕೊಳ್ಳದೇ ಎದ್ದು ನಿಲ್ಲುವುದು ಚಾಂಪಿಯನ್ನರ ಲಕ್ಷಣ. ಟಕಾಕ್ಸ್‌ನ ಇಚ್ಛಾಶಕ್ತಿಯ ಒಂದು ತುಣುಕು ನಮ್ಮೊಳಗೆ ಮೊಳೆಯಲಿ.

ಐಎಎಸ್ ಮಾಡಿದ ಈ ಡಾಕ್ಟರ್ ಶಿಕ್ಷಕನಾಗಿ ಖ್ಯಾತನಾದ!

■ ಮನಸಿನ ಮಾತು ಕೇಳಿ ಶಿಕ್ಷಕನಾದವನು ಇಂದಿನ ಈ ಲೇಖನದ ವ್ಯಕ್ತಿ. ಅದರಲ್ಲೇನಿದೆ ವಿಶೇಷ? ಲಕ್ಷಾಂತರ ಮಂದಿ ತಮ್ಮ ಮನಸಿನ ಮಾತು ಕೇಳಿ ವೈದ್ಯರಾಗುತ್ತಾರೆ, ನಟರಾಗುತ್ತಾರೆ, ಶಿಕ್ಷಕರೂ ಆಗುತ್ತಾರೆ, ಅದೇನು ಹೊಸತೇ ಎಂದು ನೀವು ಕೇಳಬಹುದು. ಶಿಕ್ಷಕರಾಗಿದ್ದವರು ಮನಸಿನ ಮಾತು ಕೇಳಿ ಐಎಎಸ್ ಅಧಿಕಾರಿಯಾಗಿದ್ದುಂಟು. ಆದರೆ ಐಎಎಸ್ ಅಧಿಕಾರಿಯ ಹುದ್ದೆಗೆ ರಾಜೀನಾಮೆ ಕೊಟ್ಟು ಶಿಕ್ಷಕನಾಗಿರುವ ಈ ವ್ಯಕ್ತಿ ಯಾರೆಂದು ಈ ಲೇಖನ ಓದುತ್ತಿರುವ ಹತ್ತು ಮಂದಿಯಲ್ಲಿ ಕನಿಷ್ಠ ಒಬ್ಬರಿಗಾದರೂ ಗೊತ್ತಾಗಿರುತ್ತದೆ. ಏಕೆಂದರೆ ಆತ ಶಿಕ್ಷಕನಾಗಿರುವುದು ನೂರೋ ಸಾವಿರ ಮಂದಿಗೋ ಅಲ್ಲ, ಲಕ್ಷ ಲಕ್ಷ ವಿದ್ಯಾರ್ಥಿಗಳ ನೆಚ್ಚಿನ ಹೀರೋ ಆತ. ಅಂತಹ ವಿಶಿಷ್ಟ ವ್ಯಕ್ತಿಯ ಬಗ್ಗೆಯೇ ಈ ವಾರದ ಬರಹ.

ಭಾರತದಲ್ಲಿ ಅತ್ಯಂತ ಉನ್ನತ ಮಟ್ಟದ ಉದ್ಯೋಗಗಳು ಎಂದು ಪರಿಗಣಿತವಾಗಿರುವವೆಂದರೆ

ಮೊದಲನೆಯದು ಐಎಎಸ್ ಅಧಿಕಾರಿಯ ಹುದ್ದೆ, ಎರಡನೆಯದು ವೈದ್ಯವೃತ್ತಿ. ಆದರೆ ಅವೆರಡನ್ನೂ ಬಿಟ್ಟು ತನಗಿಷ್ಟದ ಬೋಧನೆಯನ್ನು ಆಯ್ಕೆ ಮಾಡಿಕೊಂಡ ಆ ಸಾಹಸಿ ರೋಮನ್ ಸೈನಿ. ಜೈಪುರದ ರೋಮನ್ 2013ರಲ್ಲಿ ತನ್ನ ಇಪ್ಪತ್ತೆರಡನೆಯ ವಯಸ್ಸಿನಲ್ಲಿಯೇ ಐಎಎಸ್ ಪರೀಕ್ಷೆಯಲ್ಲಿ ದೇಶಕ್ಕೇ ಹದಿನೆಂಟನೇ ರ್‍ಯಾಂಕ್ ಪಡೆದು ಭಾರತೀಯ ಆಡಳಿತ ಸೇವೆ ಸೇರಿದ ಅತ್ಯಂತ ಕಿರಿಯ ಎಂದೆನಿಸಿಕೊಂಡವರು. ಅದಕ್ಕೂ ಮುನ್ನ ಆಲ್ ಇಂಡಿಯಾ ಇನ್ಸ್ಟಿಟ್ಯೂಟ್ ಆಫ್ ಮೆಡಿಕಲ್ ಸೈನ್ಸಸ್ (AIIMS) ಪ್ರವೇಶಪರೀಕ್ಷೆಯನ್ನು ಕೇವಲ ಹದಿನಾರನೇ ವಯಸ್ಸಿಗೇ ಪಾಸು ಮಾಡಿದ ಪ್ರತಿಭಾವಂತನೂ ಹೌದು. 'ಭವಿಷ್ಯದಲ್ಲಿ ಏನಾಗುತ್ತದೆ ಎಂದು ಯಾರಿಗೂ ಗೊತ್ತಿರುವುದಿಲ್ಲ, ನನಗೂ ಮೊದಲು ಭಯವಿತ್ತು, ಎರಡು ವರ್ಷ ಸೇವೆ ಸಲ್ಲಿಸಿದ ಐಎಎಸ್ ಅಧಿಕಾರಿಯ (ರಾಜೀನಾಮೆ ಕೊಡುವಾಗ ರೋಮನ್ ಜಬಲ್‌ಪುರದ ಜಿಲ್ಲಾಧಿಕಾರಿಯಾಗಿದ್ದರು) ಹುದ್ದೆಯನ್ನು ಬಿಡುವಾಗ ಆತಂಕವೂ ಇತ್ತು. ಆದರೆ ನನ್ನ ಸ್ನೇಹಿತ ಗೌರವ್ ಮುಂಜಾಲ್ ನನಗೆ ಧೈರ್ಯ ತುಂಬಿದ. ನಮ್ಮ ದೇಶದ ಶಿಕ್ಷಣ ಪದ್ಧತಿಯಲ್ಲಿ ಅಮೂಲಾಗ್ರ ಬದಲಾವಣೆಯಾಗಬೇಕಿದೆ. ಉಳ್ಳವರಿಗೆ ಮಾತ್ರ ಮೇಲ್ಮಟ್ಟದ ಶಿಕ್ಷಣ ಎಂಬಂತಾಗಿದೆ. ಅದರಲ್ಲೂ ಸ್ಪರ್ಧಾತ್ಮಕ ಪರೀಕ್ಷೆಗಳಿಗೆ ಅಪಾರ ಹಣ ಸುರಿದು ತರಬೇತಿ ಪಡೆಯುವ ಸಾಮರ್ಥ್ಯ ಬಹುತೇಕ ಯುವವರ್ಗದವರಲ್ಲಿ ಇರುವುದಿಲ್ಲ. ಹಾಗಾಗಿ ಸರಿಯಾದ ಮಾರ್ಗದರ್ಶನವಿಲ್ಲದೇ ಅವರಿಗೆ ಅನ್ಯಾಯವಾಗುತ್ತಿದೆ. ತಂತ್ರಜ್ಞಾನದ ಮೂಲಕ ಅತ್ಯುತ್ತಮವಾದ ತರಬೇತಿ ಉಚಿತವಾಗಿ ಅವರಿಗೆ ಲಭ್ಯವಾಗಬೇಕು, ಅದಕ್ಕೆ ನಾವು ರಿಸ್ಕ್ ತೆಗೆದುಕೊಳ್ಳಲೇಬೇಕು ಎಂದು ಆತ ನನಗೆ ಮನದಟ್ಟು ಮಾಡಿಕೊಟ್ಟ" ಎನ್ನುತ್ತಾರೆ ರೋಮನ್.

ಹೌದು, ಪ್ರತೀ ವರ್ಷ ಸುಮಾರು ಆರೂವರೆ ಲಕ್ಷ ಜನರು ಭಾರತೀಯ ಆಡಳಿತ ಸೇವೆಯ ಪರೀಕ್ಷೆ ಬರೆದರೂ ಕೋಚಿಂಗ್ ಪಡೆಯಲು ಸಾಧ್ಯವಾಗುವುದು ಒಂದೂವರೆ ಲಕ್ಷ ಜನರಗೆ ಮಾತ್ರ. ಚಿಕ್ಕ ಚಿಕ್ಕ ಊರುಗಳ ವಿದ್ಯಾರ್ಥಿಗಳಿಗೆ, ಸಣ್ಣ ಪುಟ್ಟ ಕೆಲಸ ಮಾಡಿಕೊಂಡೇ ಪರೀಕ್ಷಾ ತಯಾರಿ ನಡೆಸುವವರಿಗೆ, ಹಣಕಾಸಿನ ಸಂಪನ್ಮೂಲ ಇಲ್ಲದವರಿಗೆ ಬೆಂಗಳೂರಿಗೋ, ದೆಹಲಿಗೋ, ಮುಂಬೈಗೋ ಹೋಗಿ ತರಬೇತಿ ಪಡೆಯುವುದು ಅಸಾಧ್ಯವಾದ ಮಾತು. ಹಾಗೆ ಕೋಚಿಂಗ್ ಪಡೆಯಲು ಸಾಧ್ಯವಿಲ್ಲದ ಆ ಐದುಲಕ್ಷಕ್ಕೂ ಅಧಿಕ ಆಕಾಂಕ್ಷಿಗಳಿಗಾಗಿ ಸ್ಥಾಪನೆಯಾಗಿದ್ದು 'ಅನ್‌ಅಕ್ಯಾಡಮಿ' (UNACADEMY).

ಸ್ನೇಹಿತ ಗೌರವ್ ಮುಂಜಲ್ ಮಾರ್ಗದರ್ಶನದಲ್ಲಿ ಹೇಮೇಶ್ ಸಿಂಗ್, ಸಚಿನ್ ಗುಪ್ತಾ ಜತೆಸೇರಿ 'ಅನ್‌ಅಕ್ಯಾಡಮಿ' ಎಂಬ ಉಚಿತ ಆನ್

ಲೈನ್ ಕೋಚಿಂಗ್ ನೀಡುವ ಸಂಸ್ಥೆಯನ್ನು ರೋಮನ್ ಸ್ಥಾಪಿಸಿದ. ಶಿಕ್ಷಣ ಕ್ಷೇತ್ರದಲ್ಲಿ ಇದೊಂದು ಕ್ರಾಂತಿಯೇ! 2015ರಲ್ಲಿ ಶುರುವಾದ ಈ ಸಾಹಸಕ್ಕೆ ಇದೀಗ ಎರಡು ವರ್ಷ ತುಂಬಿದೆ. ಎರಡೇ ವರ್ಷದಲ್ಲಿ ಯೂಟ್ಯೂಬ್‌ನ ಅತ್ಯಂತ ದೊಡ್ಡ ಶೈಕ್ಷಣಿಕ ಚಾನೆಲ್‌ಗಳಲ್ಲಿ ಒಂದಾಗಿದೆ 'ಅನ್‌ಅಕ್ಯಾಡಮಿ'. ಈ ಸಾಹಸದ ಮೂಲ ಪ್ರೇರಣೆ ಗೌರವ್ ಆದರೂ ಅದರ ಬೆನ್ನುಮೂಳೆ ರೋಮನ್. ಉತ್ತಮ ತರಬೇತಿಯನ್ನು ಯುವಕರಿಗೆ ತಲುಪಿಸುವ ನಿಟ್ಟಿನಲ್ಲಿ ಹಗಲಿರುಳು ಶ್ರಮಪಡುತ್ತಿರುವ ಯುವಕರ ಈ ಗುಂಪಿನ ಚಂದಾದಾರರ ಸಂಖ್ಯೆ ಹತ್ತುಲಕ್ಷ ದಾಟಿರುವುದು ಹೆಮ್ಮೆಯ ಸಂಗತಿ. 2016ರಲ್ಲಿ ಇದರ ಲರ್ನಿಂಗ್ ಆ್ಯಪ್ ಕೂಡ ಬಿಡುಗಡೆಯಾಗಿದೆ. ಸೌಲಭ್ಯ ವಂಚಿತ ಯುವಕರಿಗೆ ಅಸಾಂಪ್ರದಾಯಿಕವಾಗಿ ತರಬೇತಿ ನೀಡುತ್ತಿರುವ ಸಂಸ್ಥೆ ಎಂದು ಅನ್‌ಅಕ್ಯಾಡಮಿಯನ್ನು ಟೈಮ್ಸ್ ಆಫ್ ಇಂಡಿಯಾ ಬಣ್ಣಿಸಿತ್ತು. ಇಲ್ಲಿ ತರಬೇತಿ ಸಂಪೂರ್ಣ ಉಚಿತವಾಗಿರುತ್ತದೆ. ಆದರೆ ಗುರುದಕ್ಷಿಣೆಯ ಮಾದರಿಯಲ್ಲಿ ಸಂಸ್ಥೆಗೆ ಹಣ ನೀಡುವ ಮನಸ್ಸಿದ್ದವರು ಸಹಾಯ ಮಾಡಬಹುದು ಅಷ್ಟೇ. ಈ ಹೊಸ ಸ್ಟಾರ್ಟ್‌ಅಪ್‌ನ ಜನಪ್ರಿಯತೆ ಮತ್ತು ಉಪಯುಕ್ತತೆಯನ್ನು ಮನಗಂಡು ಅದರ ಮೇಲೆ ಹಣ ಹೂಡಲು ಯುವ ಉದ್ಯಮಿಗಳು ಮುಂದೆ ಬಂದಿರುವುದು ಸ್ವಾಗತಾರ್ಹ ವಿಚಾರ. ಇದರಿಂದ ಇನ್ನೂ ಗುಣಮಟ್ಟದ ಶಿಕ್ಷಣ ನೀಡಲು, ಒಳ್ಳೆಯ ಬೋಧಕರನ್ನು ನೇಮಿಸಿಕೊಳ್ಳಲು ಅನುಕೂಲವಾಗುತ್ತದೆ.

ಈ ಶೈಕ್ಷಣಿಕ ವೇದಿಕೆಯಲ್ಲಿ ಬೇರೆ ಬೇರೆ ವಿಷಯಗಳ ಮೇಲೆ ಎಂಟು ಹತ್ತು ನಿಮಿಷದ ವೀಡಿಯೋಗಳಿರುತ್ತವೆ. ಚಿತ್ರಗಳು, ವೀಡಿಯೋಗಳ ಮೂಲಕ ಕ್ಲಿಷ್ಟ ವಿಷಯಗಳನ್ನು ಸರಳವಾಗಿ ಹೇಳಿಕೊಡಲಾಗುತ್ತದೆ. ರೋಮನ್ ಸೈನಿಯ ಆನ್‌ಲೈನ್ ತರಗತಿಗಳನ್ನು ನೋಡುವವರಿಗೆ ಅವರ ಆಳವಾದ ವಿಷಯಜ್ಞಾನ, ಸರಳವಾಗಿ ವಿಷಯಗಳನ್ನು ಹೇಳುವ ಕೌಶಲ್ಯ, ತನಗೆ ಸರಾಗವಾಗಿ ತಿಳಿದ ವಿಚಾರವನ್ನು ಹಂಚಿಕೊಳ್ಳುವ ಹಂಬಲ ಅಚ್ಚರಿ ಹುಟ್ಟಿಸುತ್ತದೆ. ವಿಜ್ಞಾನ, ಇತಿಹಾಸ, ರಾಜ್ಯಶಾಸ್ತ್ರ, ಅರ್ಥಶಾಸ್ತ್ರ, ಕರೆಂಟ್ ಅಫೇರ್ಸ್ ಹೀಗೆ ಎಲ್ಲ ವಿಷಯಗಳನ್ನೂ ನಿರರ್ಗಳವಾಗಿ ಬೋಧಿಸುವ ಕಲೆ ಅವರಿಗೆ ಕರಗತ. ಮತ್ತು ಎಲ್ಲಕ್ಕೂ ಮಿಗಿಲಾಗಿ ವಿನಯವಂತಿಕೆ ಅವರ ಬಗ್ಗೆ ಗೌರವ ಮೂಡಿಸುತ್ತದೆ.

ಅತ್ಯುತ್ತಮವಾದ ಶಿಕ್ಷಕರು ಮಾತ್ರವಲ್ಲ ಕಲಿಸುವ ಪ್ರೀತಿಯುಳ್ಳ ಶಿಕ್ಷಕರು ಇಲ್ಲಿ ಪಾಠ ಮಾಡುತ್ತಾರೆ. ಯಾರಿಗಾದರೂ ಬೋಧನಾ ವೃತ್ತಿ ಅತ್ಯಂತ ಪ್ರೀತಿಯದ್ದಾದರೆ ಅವರು ಮೊಬೈಲ್‌ನಲ್ಲಿ ಅನ್‌ಅಕ್ಯಾಡಮಿ ಎಜ್ಯುಕೇಟರ್ ಆ್ಯಪ್ ಅನ್ನು ಡೌನ್‌ಲೋಡ್ ಮಾಡಿಕೊಂಡು ಅದರಲ್ಲಿ ಇಷ್ಟದ ವಿಷಯವನ್ನು ಪಾಠ

ಮಾಡುವುದನ್ನು ವೀಡಿಯೋ ರೆಕಾರ್ಡಿಂಗ್ ಮಾಡಿ ಕಳುಹಿಸಿದರಾಯಿತು. ನಿಮ್ಮಂತೆಯೇ ಪಾಠ ಮಾಡುವ ಆಸಕ್ತಿಯುಳ್ಳ ಸಾವಿರಾರು ಮಂದಿಯ ಗುಂಪಿಗೆ ನೀವೂ ಸೇರಿಕೊಳ್ಳುತ್ತೀರಿ. ನಿಮ್ಮ ಜ್ಞಾನ, ಸರಳವಾಗಿ ಬೋಧಿಸುವ ಸಾಮರ್ಥ್ಯ ಇವುಗಳ ಆಧಾರದ ಮೇಲೆ ನಿಮ್ಮ ಅರ್ಜಿ ಸ್ವೀಕೃತವಾಗುತ್ತದೆ ಅಥವಾ ನಿರಾಕರಿಸಲ್ಪಡುತ್ತದೆ. ನಿರಾಕರಿಸಲ್ಪಟ್ಟರೆ ತೊಂದರೆಯಿಲ್ಲ, ತಿದ್ದಿಕೊಳ್ಳುವುದಕ್ಕೆ, ಮರಳಿ ಯತ್ನವ ಮಾಡುವುದಕ್ಕೆ ಅನ್‌ಅಕ್ಯಾಡಮಿಯಲ್ಲಿ ಎಂದಿಗೂ ಅವಕಾಶವಿದೆ. ಇಲ್ಲಿ ಕಿರಣ್ ಬೇಡಿ ಕೂಡ ಪಾಠ ಮಾಡುತ್ತಾರೆ, ಐಎಎಸ್‌ನಲ್ಲಿ ರ್‍ಯಾಂಕ್ ಬಂದವರು ತಮ್ಮ ಅನುಭವಗಳನ್ನು ಹಂಚಿಕೊಳ್ಳುತ್ತಾರೆ. ಇಲ್ಲಿ ಐಎಎಸ್, ಐಪಿಎಸ್ ಅಧಿಕಾರಿಗಳ ಜತೆ ನೇರ ಮಾತುಕತೆಯ ಸೆಶನ್ ಇರುತ್ತದೆ. ನಿಮ್ಮ ಅನುಮಾನಗಳನ್ನು ಟೈಪಿಸಿದರೆ ನೇರವಾಗಿ ಉತ್ತರ ಸಿಗುತ್ತದೆ.

ಹೊಗಳಿಕೆಗಳು ಬಂದದ್ದೇನೋ ಸರಿ. ಇಂತಹ ಒಂದು ಯೋಚನೆಗೇ ಹ್ಯಾಟ್ಸಾಫ್ ಹೇಳಬೇಕು. ರೋಮನ್ ಸೈನಿ ಈಗ ಸೆಲೆಬ್ರಿಟಿ. ಅನ್‌ಅಕ್ಯಾಡಮಿ ಪ್ರಾರಂಭವಾದ ಮೇಲೆ ಎಲ್ಲಿ ಹೋದರೂ ಅವರು ಗುರುತಿಸಲ್ಪಡುತ್ತಾರೆ. ಕೋರಾ (QUORA) ಎಂಬ ಬಹು ಜನಪ್ರಿಯ ಮೊಬೈಲ್ ಆ್ಯಪ್‌ನಲ್ಲಿ ಜನರು ಪ್ರಶ್ನೆಗಳನ್ನು ಕೇಳುತ್ತಾರೆ, ಅದಕ್ಕೆ ಇನ್ಯಾರೋ ಉತ್ತರಗಳನ್ನೂ ಕೊಡುತ್ತಾರೆ. ಅಲ್ಲಿಯೂ ರೋಮನ್ ಅತ್ಯಂತ ಜನಪ್ರಿಯ. ಆದರೆ ತೆಗಳಿಕೆಗಳು! ಸಾಧನೆಯ ದಾರಿಯಲ್ಲಿ ಅದು ಸಾಮಾನ್ಯ. ಕೋರಾದ 2017ರ ಅತ್ಯಂತ ಜನಪ್ರಿಯ ಲೇಖಕ ರೋಮನ್. ಅಲ್ಲಿಯೂ ತಮ್ಮ ಅಸಹನೆಯನ್ನು ತೋಡಿಕೊಳ್ಳುವವರಿದ್ದಾರೆ. ಆತ ಎಂಬಿಬಿಎಸ್ ಮುಗಿಸಲೇ ಇಲ್ಲ, ಐಎಎಸ್ ಮುಗಿಸಲೇ ಇಲ್ಲ ಎಂದು ವಿಷ ಕಾರಿಕೊಳ್ಳುವವರಿದ್ದಾರೆ. ಆತನಿಗೆ ಜನಪ್ರಿಯತೆಯ ಹುಚ್ಚು ಎಂದು ಇನ್ಯಾರೋ ಹೇಳುತ್ತಾರೆ. ಅಲ್ಲಿ ಈ ರೀತಿಯ ನೆಗೆಟಿವ್ ಕಮೆಂಟ್‌ಗಳನ್ನು ನೋಡಿ ಅವರ ಅಪ್ಪ ಹೇಳಿದರಂತೆ, 'ಅಲ್ಲ ಮಾರಾಯ, ನೀನೇನೋ ಕೊಲೆ ಮಾಡಿಬಿಟ್ಟಿದ್ದೀ ಎನ್ನುವ ಹಾಗೆ ಬರೆದಿದ್ದಾರಲ್ಲ!' ಇತರರು ಒಳ್ಳೆಯ ಕೆಲಸ ಮಾಡಿದಾಗ ಟೀಕಿಸುವುದು ಸರ್ವೇ ಸಾಮಾನ್ಯ. ಇಪ್ಪತ್ತೆರಡನೆಯ ವಯಸ್ಸಿಗೇ ಖ್ಯಾತಿ, ಅಧಿಕಾರ ಎಲ್ಲವನ್ನೂ ಪಡೆದು ಒಂದು ದೊಡ್ಡ ಉದ್ದೇಶಕ್ಕೋಸ್ಕರ ಎಲ್ಲವನ್ನೂ ಬಿಟ್ಟು ಹೊಸದಾರಿ ಆಯ್ದುಕೊಳ್ಳುವುದು ಬಹುದೊಡ್ಡ ಸವಾಲು. ಈ ಸವಾಲು ಸ್ವೀಕರಿಸಿದ ರೋಮನ್ ಸೈನಿ ಮತ್ತು ಟೀಮ್‌ನ ಸಾಹಸ ಲಕ್ಷಾಂತರ ಉದ್ಯೋಗಾಕಾಂಕ್ಷಿಗಳಿಗೆ ಭರವಸೆಯಾಗಿದೆ.

ಆದರೆ ಇತಿಹಾಸ ಸ್ಪಷ್ಟಪಡಿಸಿದೆ. ಮಾಮೂಲು ದಾರಿಯನ್ನು ಬಿಟ್ಟು ವಿಭಿನ್ನ ಹಾದಿ ಹಿಡಿದವರೇ ಇತಿಹಾಸ ನಿರ್ಮಿಸಿದ್ದಾರೆ. ಜನರು ನಡೆದು ಸವೆದ

ಹಾದಿಯನ್ನು ಆಯ್ಕೆ ಮಾಡಿಕೊಳ್ಳುವುದೋ, ಯಾರೂ ನಡೆಯದ ಹಾದಿಯನ್ನು ಆಯ್ಕೆ ಮಾಡಿಕೊಳ್ಳುವುದೋ ಅದು ವೈಯಕ್ತಿಕ ವಿಷಯ. ಆದರೆ ಒಂದು ಉದಾತ್ತ ಉದ್ದೇಶಕ್ಕೋಸ್ಕರ ಕಠಿಣ ಹಾದಿಯನ್ನು ಆಯ್ಕೆ ಮಾಡಿಕೊಳ್ಳುವವರಿಗೆ ನಮ್ಮ ಅಭಿನಂದನೆಗಳು ಸಲ್ಲಲೇಬೇಕು. ಒಳ್ಳೆಯ ಉದ್ದೇಶ ಸೋಲು ಕಂಡರೂ ಅದು ಅಭಿನಂದನಾರ್ಹವೇ. ಸ್ವಾರ್ಥವನ್ನು ಬಿಟ್ಟು ಇಂತಹ ಭಿನ್ನ ಹಾದಿಯಲ್ಲಿ ಸಾಗುತ್ತಿರುವ ಎಲ್ಲ ಯುವ ಮನಸುಗಳಿಗೆ, ಕನಸುಗಂಗಳಿಗೆ ಶುಭವಾಗಲಿ.

ಅಸಾಧ್ಯವಾದುದನ್ನೇ ಸಾಧಿಸಿದ ಛಲಗಾತಿ ಮೇರಿ

■ ಆಕೆಯ ನಿಕ್ ನೇಮ್ ಮ್ಯಾಗ್ನಿಫಿಸೆಂಟ್ ಮೇರಿ!! ಯಾರು ಹಾಗಂತ ಹೆಸರಿಟ್ಟವರೋ! ಆಕೆಯ ಸಾಧನೆಗಳೆಲ್ಲವೂ ಹಾಗೆಯೇ ಇವೆ!! ಆಕೆ ನಮ್ಮೆದುರಿಗಿರುವ ಪ್ರೇರಣೆಯ ಚಿಲುಮೆ! ಎಂತಹ ಸಂದರ್ಭದಲ್ಲೂ ಮುರಿಯದ ಆತ್ಮವಿಶ್ವಾಸದ, ಯಾವ ಒತ್ತಡದಲ್ಲೂ ಬಗ್ಗದ ಛಲಗಾರ್ತಿಯಾದ ಆಕೆ ನಿಜಕ್ಕೂ 'ಅನ್‌ಬ್ರೇಕೆಬಲ್'! ಯಶಸ್ಸಿನ ಸಿದ್ಧದಾರಿಯಲ್ಲೂ ನಡೆಯಲಾಗದೆ ಒದ್ದಾಡುವವರ ಮಧ್ಯೆ ಸೋಲುಗಳನ್ನೇ ಗೆಲುವಿನ ಶಿಖರ ತಲುಪಲು ಬೇಕಾದ ಸೋಪಾನವಾಗಿಸಿಕೊಂಡಾಕೆ. ಐದು ಬಾರಿ ವಿಶ್ವ ಬಾಕ್ಸಿಂಗ್ ಚಾಂಪಿಯನ್, ಲಂಡನ್ ಓಲಂಪಿಕ್ಸ್ ಪದಕ ವಿಜೇತೆ! ಆಕೆ ನಮ್ಮೆಲ್ಲರಿಗೂ ಚಿರಪರಿಚಿತೆ. ಮೇರಿ ಕೋಮ್! ಗಿಮಿಕ್‌ಗಳಿಂದ, ವಿವಾದಗಳಿಂದ ಸುದ್ದಿಯಾಗುವ ಜನರೇ ಹೆಚ್ಚಿರುವ ಈ ಕಾಲದಲ್ಲಿ ನಿಜವಾದ ಸಾಧನೆಯಿಂದ ದೇಶಾದ್ಯಂತ ಸುದ್ದಿಯಾಗಿರುವ ಈ ನೈಜ ಚಾಂಪಿಯನ್ ನಮ್ಮೆಲ್ಲರ ಹೆಮ್ಮೆ.

ಮೇರಿ ಕೋಮ್ ಯಶಸ್ಸಿಗೆ ಕಾರಣ ಬದುಕು ಮತ್ತು ಬಾಕ್ಸಿಂಗ್‌ನೆಡೆ ಆಕೆಯ ದೃಷ್ಟಿಕೋನ. ಬಾಕ್ಸಿಂಗ್ ಕೂಡ ಬದುಕಿನಂತೆಯೇ ನಿರಂತರವಾದ ಹೋರಾಟ. ಅಲ್ಲಿ ಅಡೆತಡೆಗಳಿರುತ್ತವೆ, ಆದರೆ ನೀವವುಗಳನ್ನು ಮೀರಿ ಮುನ್ನಡೆಯಲೇ ಬೇಕು ಎನ್ನುತ್ತಾರಾಕೆ. ಹಾಗೆ ನೋಡಿದರೆ ಮೇರಿಯ ಬದುಕೂ ಒಂದು ಹೋರಾಟವೇ. ಬಡತನದಲ್ಲಿ ಜನಿಸಿದ ಆಕೆ ಚಿಕ್ಕ ವಯಸ್ಸಿನಿಂದಲೇ ಹೊಲಗದ್ದೆಗಳಲ್ಲಿ ಕಷ್ಟಪಟ್ಟು ದುಡಿದವಳು. ಓದಿನಲ್ಲಿ ಅಷ್ಟೇನೂ ಚುರುಕಿನ ಹುಡುಗಿಯಲ್ಲದ ಮೇರಿ ಒಳ್ಳೆಯ ಕ್ರೀಡಾಪಟು. ಓಟ ಆಕೆಯ ಆಸಕ್ತಿಯ ಕ್ಷೇತ್ರ.

ಆದರೆ 1998ರಲ್ಲಿ ಬ್ಯಾಂಕಾಕ್‌ನಲ್ಲಿ ಬಾಕ್ಸರ್ ಡಿಂಕೋ ಸಿಂಗ್ ಗೆದ್ದ ಏಷ್ಯನ್ ಕ್ರೀಡೆಯಲ್ಲಿನ ಚಿನ್ನದ ಪದಕವು ಮಣಿಪುರದಂತಹ ಸಮಸ್ಯೆಗಳ ಸುಳಿಯಲ್ಲಿ ಸಿಲುಕಿದ ರಾಜ್ಯದಲ್ಲಿ ತಂದ ಸಂಭ್ರಮದ ಅಲೆಗಳು ಹದಿನೈದರ ಹರೆಯದ ಮೇರಿಗೆ ಬಾಕ್ಸಿಂಗ್‌ನೆಡೆ ಒಲವು ಬೆಳೆಯುವಂತೆ ಮಾಡಿತು. ತುಂಬು ಉತ್ಸಾಹದಿಂದ ಇಂಫಾಲ್‌ನಲ್ಲಿನ ಭಾರತೀಯ ಕ್ರೀಡಾ ಪ್ರಾಧಿಕಾರದ ಕಛೇರಿಗೆ ಬಂದಾಗ ಅಲ್ಲಿ ಪುರುಷರಿಗೆ ಬಾಕ್ಸಿಂಗ್ ತರಬೇತಿ ನೀಡುತ್ತಿದ್ದವರು ಇಬೋಮ್ಚಾ ಎಂಬ ತರಬೇತುದಾರ. ಅವರ ಹತ್ತಿರ ತನಗೂ ತರಬೇತಿ ನೀಡುವಂತೆ ಕೇಳಲು ಹೋದಾಗ ಆತ ಆಕೆಯನ್ನು ಓಡಿಸಿಬಿಟ್ಟಿದ್ದ!! ನಿರಾಶಳಾದ ಮೇರಿ ಗೇಟಿನ ಹತ್ತಿರ ಅಳುತ್ತ ಕುಳಿತಿದ್ದನ್ನು ಸಂಜೆ ನೋಡಿದ ಆತ ಮನಕರಗಿ ಆಕೆಗೆ ತರಬೇತಿ ನೀಡಲು ಒಪ್ಪಿದ.

ಯಾರಿಗೂ ಗೊತ್ತಿಲ್ಲದೇ ಕಠಿಣ ಪರಿಶ್ರಮದಲ್ಲಿ ತೊಡಗಿದರು ಮೇರಿ. ಏಕೆಂದರೆ ಆಕೆಯ ಪಾಲಕರಿಗೆ ಆಕೆ ಈ ಕ್ಷೇತ್ರಕ್ಕೆ ಬರುವುದೇ ಇಷ್ಟವಿರಲಿಲ್ಲ. ಆಕೆ ರಾಜ್ಯಮಟ್ಟದ ಬಾಕ್ಸಿಂಗ್ ಸ್ಪರ್ಧೆಯೊಂದರಲ್ಲಿ ಬಹುಮಾನ ಗಳಿಸಿದಾಗ ಸ್ಥಳೀಯ ಪತ್ರಿಕೆಯೊಂದರಲ್ಲಿ ಬಂದ ಸುದ್ದಿ ಓದಿಯೇ ಕುಟುಂಬದವರಿಗೆ ಸುದ್ದಿ ತಿಳಿದಿದ್ದು!! ಅವರಿಗೋ ಬರಸಿಡಿಲು ಬಡಿದಷ್ಟು ದಿಗಿಲು. ಬಾಕ್ಸರ್ ಒಬ್ಬಳನ್ನು ಯಾರು ಮದುವೆಯಾಗುತ್ತಾರೆ ಎಂಬ ಪಾಲಕರ ತಳಮಳ ಆಕೆಯನ್ನು ತನ್ನ ಗುರಿಯಿಂದ ವಿಮುಖವಾಗಿಸಲಿಲ್ಲ. ಸಾಂಪ್ರದಾಯಿಕ ಹಾದಿಯನ್ನು ಬಿಟ್ಟು ದುರ್ಗಮ ಆದರೆ ವಿಶಿಷ್ಟ ಹಾದಿಯನ್ನು ಆಯ್ದುಕೊಂಡ ಮೇರಿ ತನ್ನ ಆಯ್ಕೆಯನ್ನು ಸಮರ್ಥಿಸಿಕೊಳ್ಳಲು ಹಗಲು ರಾತ್ರಿ ಬೆವರಿಳಿಸಿದರು. ಸೋತರೆ ಸಾಂತ್ವನದ ಒಂದು ಹೆಗಲೂ ಸಿಗದ ಗ್ಯಾರಂಟಿಯಲ್ಲಿ ಗೆಲುವನ್ನು ಒಲಿಸಿಕೊಳ್ಳಲೆಂದು ಹರಸಾಹಸಪಟ್ಟರು. ವಿಶ್ವಚಾಂಪಿಯನ್ ಆದರು. ಪ್ರಶಸ್ತಿಗಳು, ಪದಕಗಳು ಹರಿದು ಬಂದವು. ಈ ನಡುವೆ ಓನ್ಲರ್ ಕೋಮ್‌ರೊಂದಿಗೆ ಪ್ರೀತಿ ಬೆಳೆದು ವಿವಾಹವೂ ಆಯಿತು. ಅವಳಿ ಪುತ್ರರೂ ಹುಟ್ಟಿದರು.

ವಿಶ್ವಚಾಂಪಿಯನ್ ಪಟ್ಟ, ಸಂತೃಪ್ತ ಕುಟುಂಬ. ಬೇರೆ ಯಾರಿಗಾದರೂ ಇನ್ನು ಆರಾಮಾಗಿ ಇರೋಣ ಎನಿಸುತ್ತಿತ್ತೇನೋ. ಆದರೆ ಮೇರಿ!! ಹೇಳಿ

ಕೇಳಿ ಆಕೆ ಚಾಂಪಿಯನ್! ಆಕಸ್ಮಿಕವಾಗಿ ಚಾಂಪಿಯನ್ ಆದವಳಲ್ಲ ಆಕೆ. ಗೆಲುವಿನೆಡೆಗಿನ ಪ್ರತೀ ಹೆಜ್ಜೆಯನ್ನೂ ಬಹುಶ್ರಮದಿಂದ ಇಟ್ಟವಳಾಕೆ. ಹಾಗಾಗಿ ನಿರಂತರ ಗೆಲುವು ಆಕೆಯ ತುಡಿತ. ಹಾಗಾಗಿ ಆಕೆ ಚಾಂಪಿಯನ್ನರ ಚಾಂಪಿಯನ್. ಬಾಕ್ಸಿಂಗ್‌ನ ಸ್ಟೆಫಿ ಗ್ರಾಫ್ ಎನ್ನಬಹುದೇನೋ ಆಕೆಯನ್ನು!! ಭಾರತದ ಕೋಟ್ಯಂತರ ತಾಯಂದಿರು ತಮ್ಮ ಕಂದಮ್ಮಗಳ ಪರಿಮಳಭರಿತ ಮೃದು ಮೈನ ಅಪ್ಪುಗೆಯಲ್ಲಿ ನಿದ್ರಿಸುತ್ತಿದ್ದರೆ ಇತ್ತ ಮೇರಿ ಅಮ್ಮಾ ಎಂದು ಕರೆಯಲೂ ಬಾರದ ತನ್ನ ಹಾಲುಹಸುಳೆಗಳನ್ನು ಬಿಟ್ಟು ಕಠಿಣ ಅಭ್ಯಾಸದಲ್ಲಿ ತೊಡಗಿದ್ದರು!

ಪರಾಜಿತರ ಲಕ್ಷಣ ಏನೆಂದರೆ ಸೋಲಿಗೆ ನೆಪಗಳನ್ನು ಹುಡುಕುವುದು. ಮದುವೆಯಾಗಿ ಮಗುವಾದ ಕೂಡಲೇ ಇಪ್ಪತ್ತು ಇಪ್ಪತ್ತೈದರ ಹುಡುಗಿಯರೂ ಒಂದು ದಿನಪತ್ರಿಕೆ ಓದುವುದಕ್ಕೂ ಸಮಯವಿಲ್ಲ ಎನ್ನುವುದನ್ನು ನೋಡುತ್ತೇವೆ. ಇವ್ನು ಏನು ಮಾಡೋದಕ್ಕೂ ಬಿಡಲ್ಲಾರೀ ಎನ್ನುತ್ತ ಇರುವ ಒಂದು ಮಗುವನ್ನು ತಮ್ಮೆಲ್ಲ ಸೋಲಿಗೆ, ತಾವೇನೂ ಸಾಧಿಸದಿರುವುದಕ್ಕೆ ಕಾರಣವಾಗಿಸುವ ಮಹಿಳೆಯರಿಗೆ ಮೇರಿ ಕೋಮ್ ಸಾಧನೆ ನಿಜಕ್ಕೂ ಒಂದು ಪಾಠವೇ ಸೈ. ತಾಯ್ತನ ನಮ್ಮ ಆಂತರಿಕ ಶಕ್ತಿಯನ್ನು ಹೆಚ್ಚಿಸುತ್ತದೆ ಎನ್ನುವ ಆಕೆ ಮೂರು ಪುಟ್ಟ ಮಕ್ಕಳ ತಾಯಿ!! ಎರಡು ವಿಶ್ವಚಾಂಪಿಯನ್‌ಶಿಪ್, ಒಲಂಪಿಕ್ಸ್ ಪದಕ ಇದೀಗ ಏಷ್ಯನ್ ಕ್ರೀಡೆಗಳಲ್ಲಿನ ಚಿನ್ನ ಎಲ್ಲವನ್ನೂ ಆಕೆ ತಾಯ್ತನವನ್ನು ನಿರ್ವಹಿಸುತ್ತಲೇ ಗೆದ್ದಿದ್ದು!! ತನ್ನ ಕುಟುಂಬದ ಸಹಕಾರವಿಲ್ಲದೇ ಯಾವುದೂ ಸಾಧ್ಯವಾಗುತ್ತಿರಲಿಲ್ಲ ಎನ್ನುತ್ತಾರೆ ಮೇರಿ ಕೋಮ್.

ಸಪ್ತ ಸಹೋದರಿಯರೆಂದೇ ಕರೆಯಿಸಿಕೊಳ್ಳುವ ಏಳು ಈಶಾನ್ಯ ರಾಜ್ಯಗಳ ಪೈಕಿ ಮಣಿಪುರವೂ ಒಂದು. ಈ ಈಶಾನ್ಯ ರಾಜ್ಯಗಳು ಯಾವಾಗಲೂ ಭಾರತೀಯ ಒಕ್ಕೂಟದಲ್ಲಿ ಮೂಲೆಗುಂಪು ಮಾಡಲ್ಪಟ್ಟವು. ಇತರೇ ರಾಜ್ಯಗಳ ಜನರಿಗೆ ಚೀನೀಯರ ಮುಖಚರ್ಯೆಯನ್ನು ಹೋಲುವ ಅವರನ್ನು ಕಂಡರೆ ಸ್ವಲ್ಪ ಹೆಚ್ಚೇ ಎನ್ನಬಹುದಾದ ಪೂರ್ವಗ್ರಹ. ಅಂತಹ ಕಡೆಗಣಿಸಲ್ಪಟ್ಟ ರಾಜ್ಯದಿಂದ ಬಂದ ಮೇರಿ ಭಾರತೀಯ ಕ್ರೀಡೆಯ ಪೋಸ್ಟರ್ ಗರ್ಲ್ ಆಗಿರುವುದು ಅದೃಷ್ಟವಲ್ಲ, ಅದು ಆಕೆ ಸಾಧಿಸಿದ ಯಶಸ್ಸು!! ಸಶಸ್ತ್ರ ದಂಗೆ, ಆರ್ಥಿಕ ಅಡಚಣೆಗಳು, ನುಸುಳುವಿಕೆ, ಭಾರತೀಯ ಮಿಲಿಟರಿಯ ವಿರುದ್ಧದ ನಗ್ನ ಮಹಿಳೆಯರ ಪ್ರತಿಭಟನೆಯಂತಹ ಕಾರಣಗಳಿಗಾಗಿ ಮಾತ್ರ ಸುದ್ದಿಯಾಗುತ್ತಿದ್ದ ಮಣಿಪುರ ಈಗ ತನ್ನ ಹೆಮ್ಮೆಯ ಪುತ್ರಿ ಮೇರಿ ಕೋಮ್‌ಳಿಂದ ಬೆಳಕಿಗೆ ಬಂದಿದೆ. ಪ್ರಕೃತಿಯ ಮಡಿಲಲ್ಲಿ ಬೆಳೆದ ಮಣಿಪುರಿ ಹೆಣ್ಣುಗಳಿಗೆ ಛಲವೆಂಬುದು ಸ್ವಾಭಾವಿಕವಾಗಿಯೇ ಬರುತ್ತದೆಯೋ ಏನೋ! ಅಲ್ಲಿನ ಇನ್ನೊಬ್ಬ ಉಕ್ಕಿನ ಮಹಿಳೆ ಇರೋಮ್ ಚಾನು ಶರ್ಮಿಳಾರ ನೆನಪಾಗುತ್ತಿದೆಯಲ್ಲವೇ?

ವಿದೇಶಗಳ ಸ್ಪರ್ಧೆಗೆ ಓಡಾಡಲು ಪ್ರಾಯೋಜಕರಿಗಾಗಿ ಒದ್ದಾಡುತ್ತಿದ್ದ ಮೇರಿ ಇಂದು ಪ್ರತೀ ಜಾಹೀರಾತಿನ ಒಪ್ಪಂದಕ್ಕೂ ಮಿಲಿಯಗಟ್ಟಲೆ ಮೊತ್ತ ಪಡೆಯುತ್ತಾರೆ. ಅಷ್ಟೇ ಅಲ್ಲ, ಈಗ ಆಕೆಗಾಗಿಯೇ ಸ್ಥಾಪಿಸಲಾದ ಕ್ರೀಡಾ ಎಸ್‌ಪಿಯಾಗಿ ಭಡ್ತಿ ಹೊಂದಿದ್ದಾರೆ. ಕ್ರೀಡಾಕ್ಷೇತ್ರದಲ್ಲಿ ಸಕ್ರಿಯವಾಗಿರುವಾಗಲೇ ತಮ್ಮ ಜೀವನ ಚಲನಚಿತ್ರವಾಗುವ ಅವಕಾಶ ಪಡೆದ ಮೊದಲ ಕ್ರೀಡಾಪಟುವೂ ಆಕೆಯೇ!! ಪ್ರಿಯಾಂಕಾ ಛೋಪ್ರಾ ಅದ್ಭುತ ಅಭಿನಯದ ಮೇರಿ ಕೋಮ್ ಚಿತ್ರ ಸಾಧಿಸಬಯಸುವವರಿಗೆ ಸ್ಫೂರ್ತಿಯಸೆಲೆ!! ಈ ಚಿತ್ರ ಗಲ್ಲಾಪೆಟ್ಟಿಗೆಯಲ್ಲಿ ಯಶಸ್ಸು ಕಂಡಿತು ಕೂಡ!! ಜತೆಗೆ ಮಾದಕದ್ರವ್ಯ ಸೇವನೆ ವಿರೋಧಿ ಅಭಿಯಾನದಲ್ಲಿ ಸಕ್ರಿಯರು. 2012ರಲ್ಲಿ ಓಲಂಪಿಕ್ಸ್ ಕ್ರೀಡೆಗಳಲ್ಲಿ ಮೊದಲ ಬಾರಿ ಮಹಿಳಾ ಬಾಕ್ಸಿಂಗನ್ನು ಸೇರಿಸಲು ಮೇರಿ ಕೋಂ ಕೂಡ ಸ್ಫೂರ್ತಿಯೇ!!

ಆದರೆ ಇದು ಎಲ್ಲರಿಂದಲೂ ಆಗುವಂತಹುದಲ್ಲ. ಅತ್ಯಪರೂಪದ ಈ ಸಾಧನೆ ಅತ್ಯಪರೂಪದ ಸಾಧಕರಿಂದಲೇ ಆಗುವಂತಹುದೇ. ಅಂತಾರಾಷ್ಟ್ರೀಯ ಮಟ್ಟದಲ್ಲಿ ಹದಿನೈದಕ್ಕೂ ಹೆಚ್ಚು ಪದಕಗಳನ್ನು ಗೆದ್ದಿರುವ ಮೇರಿಯ ಸಾಧನೆಗೆ ಪದ್ಮ ಭೂಷಣ, ಪದ್ಮಶ್ರೀ, ರಾಜೀವ್ ಗಾಂಧಿ ಖೇಲ್ ರತ್ನ, ಅರ್ಜುನ ಪ್ರಶಸ್ತಿಗಳಲ್ಲದೇ 2008ರಲ್ಲಿ ಎಮ್‌ಟಿವಿಯ ಯೂಥ್ ಐಕಾನ್ ಆಗಿ ಆಯ್ಕೆ, 2009ರಲ್ಲಿ ಮಹಿಳಾ ಬಾಕ್ಸಿಂಗ್‌ನ ರಾಯಭಾರಿಯಾಗಿ ಅಂತಾರಾಷ್ಟ್ರೀಯ ಬಾಕ್ಸಿಂಗ್ ಅಸೋಸಿಯೇಶನ್‌ನಿಂದ ಆಯ್ಕೆ, 2007ರಲ್ಲಿ ಲಿಮ್ಕಾ ಬುಕ್ ಆಫ್ ರೆಕಾರ್ಡ್ಸ್‌ನ ವರ್ಷದ ವ್ಯಕ್ತಿಯಾಗಿ ಆಯ್ಕೆ... ಪಟ್ಟಿ ಮುಂದುವರಿಯುತ್ತಲೇ ಇದೆ.

ಕೆರೆಯ ನೀರನು ಕೆರೆಗೆ ಚಲ್ಲಿ ಎಂಬುದು ಕೆಲವೇ ಸಾಧಕರು ಕಾರ್ಯರೂಪಕ್ಕೆ ತರುವ ಮಾತು. ಮಣಿಪುರದ ರಾಜಧಾನಿ ಇಂಫಾಲ್ ಸನಿಹದ ಲ್ಯಾಂಗೋಲ್‌ನಲ್ಲಿ ಆಕೆ ಭಾರತದ ಭವಿಷ್ಯದ ಬಾಕ್ಸರ್‌ಗಳನ್ನು ರೂಪಿಸುತ್ತಿದ್ದಾರೆ. ಪತಿ ಓನ್ಲರ್ ಕೋಮ್ ಜತೆ 2006 ರಿಂದ ತಮ್ಮ ಬಾಕ್ಸಿಂಗ್ ಅಕಾಡೆಮಿ ನಡೆಸುತ್ತಿದ್ದಾರೆ. ಅಲ್ಲಿ ತರಬೇತಿ ಪಡೆಯುತ್ತಿರುವ ಹದಿಹರೆಯದ ಹುಡುಗಿಯರ ಕನಸು ತಾವು ಮುಂದಿನ ಮೇರಿ ಕೋಮ್ ಆಗುವುದು!! ಅಷ್ಟೇ ಅಲ್ಲ, ಯುವತಿಯರಿಗೆ ಆತ್ಮರಕ್ಷಣೆಯ ಪಟ್ಟುಗಳನ್ನೂ ಹೇಳಿಕೊಡುತ್ತಿದ್ದಾರೆ ಮೇರಿ.

ಮೇರಿ! ಅಸಾಧ್ಯವಾದುದನ್ನೇ ಸಾಧಿಸುವ ಛಲದಂಕಮಲ್ಲಳಾಕೆ. ರಾಜ್ಯ, ದೇಶ, ಧರ್ಮ, ಬಣ್ಣ, ಜನಾಂಗದಂತಹ ಎಲ್ಲ ಗಡಿಗಳನ್ನು ಮೀರಿ ನಮ್ಮನ್ನು ಭಾವುಕರನ್ನಾಗಿಸುವುದು, ಒಂದಾಗಿಸುವುದು ಕ್ರೀಡೆ. ಪದಕ ಗೆದ್ದುದಕ್ಕಾಗಿ ಮಾತ್ರವಲ್ಲ, ಈ ಕಾರಣಕ್ಕಾಗಿಯೂ ಮೇರಿಯಂತಹ ಕ್ರೀಡಾಪಟುಗಳಿಗೆ ನಾವು ಕೃತಜ್ಞರಾಗಿರಬೇಕು. Thank you Mary, we are proud of you.

ಪ್ರಯತ್ನಿಸುವವರ ಪಾದಕೆ ಮಣಿವುದು ಯಶಸ್ಸಿನ ಶಿಖರ...

■ ಮೊನ್ನೆ ಕಾಲೇಜಿನ ವಾರ್ಷಿಕೋತ್ಸವ ಮುಗಿಸಿ ವಾಪಸಾಗುವಾಗ ದಾರಿಯಲ್ಲಿ ಹಲಸಿನ ಮರವೊಂದನ್ನು ತೋರಿಸುತ್ತಾ ನಮ್ಮ ಕಾಲೇಜಿನ ಗಣಿತ ಉಪನ್ಯಾಸಕರಾದ ಮಹೇಶ್ ಹೇಳುತ್ತಿದ್ದರು, "ಮೇಡಂ, ನಾವೆಲ್ಲ ಹಳ್ಳಿಯ ಹುಡುಗರು ಬೆಳಿಗ್ಗೆ ಬೇಗ ಬಸ್ಸಿಗೆ ಬರುತ್ತಿದ್ದೆವು. ಕಾಲೇಜು ಬಾಗಿಲು ತೆರೆದಿರುತ್ತಿರಲಿಲ್ಲ. ಮತ್ತೇನು ಮಾಡೋದು, ನಾವು ಇದೇ ಹಲಸಿನ ಮರದ ಕೆಳಗೆ ಕುಳಿತು ಓದುತ್ತಿದ್ದೆವು. ನನ್ನ ಜತೆ ಮತ್ತೂ ಎಂಟು ಹುಡುಗರು ಓದಲು ಕೂರುತ್ತಿದ್ದರು. ಡಿಗ್ರಿಗೆ ಹೋದಾಗಲೂ ಅಷ್ಟೇ, ಹುಡುಗರು ದೂರದಿಂದ ಬರುತ್ತಾರೆ ಪಾಪ ಅಂತ ಅಟೆಂಡರ್ ಲ್ಯಾಬ್ ಬಾಗಿಲು ತೆಗೆದು ಕೊಡುತ್ತಿದ್ದ, ಅಲ್ಲಿ ಕೂತು ಓದುತ್ತಿದ್ದೆವು. ಅದೇನೋ ಗೊತ್ತಿಲ್ಲ ಮೇಡಂ, ಓದುತ್ತಲೇ ಇರುತಿದ್ವಿ, ಮಜವೆಂದರೆ, ನನ್ನ ಜತೆ ಕಲಾವಿಭಾಗದ ಹುಡುಗರು ಕೂಡ ಕೆಲವರು ಬಂದು ಓದುತ್ತಿದ್ದರು. ಬೇರೆ ಹುಡುಗರೆಲ್ಲಾ ಅಲ್ಲಿ ಇಲ್ಲಿ

ಸುತ್ತುತ್ತ ಸಮಯ ಕಳೆಯತ್ತಿದ್ದರು ಅಷ್ಟೇ ಅಲ್ಲ, ಕೆಲವರು ನಮ್ಮನ್ನು ಪುಸ್ತಕದ ಹುಳುಗಳು ಎಂದು ಟೀಕೆ ಕೂಡ ಮಾಡುತ್ತಿದ್ದರು".

ಬಹಳ ಕಷ್ಟಪಟ್ಟು ಓದಿ ಬಿಎಸ್ಸಿ ಬಿಎಡ್ ಮಾಡಿ ಎಮ್ಮೆಸ್ಸಿ ಕೂಡ ಮುಗಿಸಿ, ಉನ್ನತ ದರ್ಜೆಯಲ್ಲಿ ಸಿಇಟಿ ಪಾಸಾಗಿ ಹೈಸ್ಕೂಲು ಶಿಕ್ಷಕರಾಗಿ ಆಯ್ಕೆಯಾಗಿ, ನಂತರ ಪಿಯು ಉಪನ್ಯಾಸಕರ ಅರ್ಹತಾ ಪರೀಕ್ಷೆಯಲ್ಲಿಯೂ ಪಾಸಾಗಿ ಉಪನ್ಯಾಸಕರಾಗಿ ಸೇವೆ ಸಲ್ಲಿಸುತ್ತಲೇ ಇದೀಗ ಡಿಗ್ರಿ ಕಾಲೇಜಿನ ಅಸಿಸ್ಟಂಟ್ ಪ್ರೊಫೆಸರ್ ಹುದ್ದೆಗೆ ನಡೆದ ಪ್ರವೇಶಪರೀಕ್ಷೆಯಲ್ಲಿ ಆಯ್ಕೆಯಾಗಿರುವ ಮಹೇಶ್ ಹೇಳಿದ್ದು ನನಗೇನು ವಿಚಿತ್ರ ಅನ್ನಿಸಲಿಲ್ಲ. ನಾನೆಂದೆ, "ಅದಕ್ಕೇ ಮಹೇಶ್ ನೀವು ಯಶಸ್ಸಿನ ಮೆಟ್ಟಿಲನ್ನು ಏರುತ್ತಲೇ ಹೋಗ್ತಿದ್ದೀರಿ. ಅಲ್ಲಿ ಇಲ್ಲಿ ಸುತ್ತುತ್ತ ನಿಮಗೆ ಕಮೆಂಟ್ ಮಾಡಿದವರು ಇನ್ನೂ ಸುತ್ತುತ್ತಲೇ ಇದ್ದಿರಬೇಕು ಬಿಡಿ ಬದುಕಿನ ಮುಗಿಯದ ಹಾದಿಯಲ್ಲಿ."

ಮಹೇಶ್ ಜತೆ ಮಾತಾಡುತ್ತ ಇರುವಾಗ ನಮ್ಮೂರಿನ ಬಸ್ ನಿಲ್ದಾಣ ನೆನಪಿಗೆ ಬಂತು. ಜತೆಗೆ ಹಳ್ಳಿಯಿಂದ ಪೇಟೆಗೆ ಬೇಗ ಬಂದು ಬಸ್ ಸ್ಟ್ಯಾಂಡ್‌ನಲ್ಲಿ ಗುಂಪುಗೂಡಿ ಕೂತು ಮೊಬೈಲ್‌ನಲ್ಲಿ ಮುಳುಗಿ ಹೋಗುವ ನಮ್ಮ ಇಂದಿನ ವಿದ್ಯಾರ್ಥಿಗಳು ನೆನಪಾದರು. ಹಳ್ಳಿಯ ಮಕ್ಕಳು, ಪಟ್ಟಣದ ಮಕ್ಕಳು, ಮಹಾನಗರಗಳ ಮಕ್ಕಳು ಎಲ್ಲ ಊರಿನ ಮಕ್ಕಳ ಕಥೆಯೂ ಇದೇ. ಕಾಲೇಜಿನಲ್ಲಿ ಮೊಬೈಲ್ ನಿಷೇಧವಿದೆಯೆಂದು ಕಾಲೇಜಿನ ಹತ್ತಿರದ ಮೊಬೈಲ್ ಅಂಗಡಿಗಳಲ್ಲಿ ದಿನಾ ಬಾಡಿಗೆ ಕೊಟ್ಟು ಮೊಬೈಲ್ ಇಟ್ಟು ಕಾಲೇಜು ಮುಗಿದ ಮೇಲೆ ಮತ್ತೆ ವಾಪಾಸ್ ತೆಗೆದುಕೊಳ್ಳುವ, ಬೇಕೆಂತಲೇ ಬಸ್ ತಪ್ಪಿಸಿಕೊಂಡು ಅಂತರ್ಜಾಲದ ಕಾಲ್ಪನಿಕ ಲೋಕದಲ್ಲಿ ವಿಹರಿಸುವ ಇಂತಹವರಿಂದ ಏನನ್ನು ತಾನೇ ಸಾಧಿಸಲಾದೀತು? ಹೊರ ಊರಿನ ನನ್ನ ಸಂಬಂಧಿಯೊಬ್ಬ ಹೇಳುತ್ತಿದ್ದ, ಅವನ ಮನೆಯ ಹತ್ತಿರ ಪದವಿಪೂರ್ವ ಕಾಲೇಜೊಂದಿದೆಯಂತೆ. ಸುಮಾರು ಒಂದೂವರೆ ಸಾವಿರ ವಿದ್ಯಾರ್ಥಿಗಳಿರುವ ಕಾಲೇಜದು. ಸನಿಹದ ಒಂದು ಮೊಬೈಲ್ ಅಂಗಡಿಯವನು ವಿದ್ಯಾರ್ಥಿಗಳ ಮೊಬೈಲ್ ಇಟ್ಟುಕೊಳ್ಳುತ್ತಾನಂತೆ. ಬಾಡಿಗೆ ದಿನಕ್ಕೆ ಕೇವಲ ಎರಡೇ ರೂಪಾಯಿ. ಆ ಅಂಗಡಿಯಲ್ಲಿ ಮೊಬೈಲ್ ಇಡುವವರ ಸಂಖ್ಯೆ ಎಷ್ಟು ಗೊತ್ತೇ? ಕೇವಲ ನಾನೂರು!! ಲಾಭ ಅಂಗಡಿಯವನಿಗೆ! ಆದರೆ ಆ ನಾನೂರು ಮಕ್ಕಳ ಭವಿಷ್ಯ? ಅದರ ಬಗ್ಗೆ ಕಾಳಜಿ ವಹಿಸುವವರೇ ವಿದ್ಯಾರ್ಥಿಗಳ ಪಾಲಿನ ಖಳನಾಯಕರು!! ಇಡೀದಿನ ಮೊಬೈಲಿನಲ್ಲಿ ಕಳೆದುಹೋಗುವ ಇಂತಹ ವಿದ್ಯಾರ್ಥಿಗಳ ಭವಿಷ್ಯದ ಕಥೆಯೇನು? ಯಾಕೋ ಮನಸ್ಸು ಚಡಪಡಿಸುತ್ತಿದೆ. ಈ ಪುಟ್ಟ ಹುಡುಗರು ವಿದ್ಯಾರ್ಥಿಜೀವನವನ್ನು ಹೀಗೆ ಆಲಸ್ಯತನದಿಂದ ಕಳೆದು ನಂತರ ನಿರುದ್ಯೋಗಿಗಳಾಗಿ ಅದಕ್ಕೆ ಬೇರೆಯವರನ್ನು ಹೊಣೆಗಾರರನ್ನಾಗಿ ಮಾಡುತ್ತಾ

ದೂರುತ್ತಲೇ ಬದುಕನ್ನು ಕಳೆದುಬಿಡುವ ಸಿನಿಕರಾಗುವುದನ್ನು ನೆನೆಸಿಕೊಂಡು ಆತಂಕವಾಗುತ್ತಿದೆ. ಹಾಗಾದರೆ ಈ ಮಕ್ಕಳಿಗೆ ರೋಲ್ ಮಾಡೆಲ್‌ಗಳ ಕೊರತೆಯಿದೆಯೇ? ಖಂಡಿತ ಇಲ್ಲ. ರೋಲ್‌ಮಾಡೆಲ್‌ಗಳ ಆಯ್ಕೆಯಲ್ಲಿ ನಾವು ಎಡವುತ್ತದ್ದೇವೆ ಅಷ್ಟೇ.

ನಾವು ಬಹಳಷ್ಟು ಸಂದರ್ಭದಲಿ ಸ್ಫೂರ್ತಿಗಾಗಿ ದೊಡ್ಡ ದೊಡ್ಡ ವಿಚಾರಗಳ ಹಿಂದೆ, ವ್ಯಕ್ತಿಗಳ ಹಿಂದೆ ಓಡುತ್ತಿರುತ್ತೇವೆ. ತಪ್ಪೇನಲ್ಲ, ಉನ್ನತ ವಿಚಾರಗಳು ನಮಗೆ ಎಲ್ಲಾ ಕಡೆಗಳಿಂದಲೂ ಬರಬೇಕು, ಎದೆಯ ಕದ ತೆರೆದು ನಾವದನ್ನು ಕೇಳಬೇಕು. ಅದರಲ್ಲೂ ನಮ್ಮನ್ನು ಕೂತಲ್ಲಿ ಕೂರಲು ಬಿಡದೆ ಮಲಗಲೂ ಬಿಡದೇ ಸಾಧನೆಯ ದಾರಿಯಲ್ಲಿ ಸಾಗಲು ಪ್ರೇರೇಪಿಸುವ ಸ್ಫೂರ್ತಿದಾಯಕ ಮಾತುಗಳಿಗಾಗಿ ನಾವು ಹಪಹಪಿಸುತ್ತಲೇ ಇರುತ್ತೇವೆ. ಉತ್ಸಾಹದ ಪೆಟ್ರೋಲ್ ಖಾಲಿಯಾಗಿ ಮಂಕಾಗಿ ಕೂತಾಗಲೆಲ್ಲ ನಮಗೆ ನಾವು ಓದಿದ ಕೇಳಿದ ಮಹಾನುಭಾವರ ಜೀವನ ಚರಿತ್ರೆ ನೆನಪಿಗೆ ಬರುತ್ತದೆ. ಬೀದಿದೀಪದ ಬೆಳಕಿನಲ್ಲಿ ಕೂತು ಓದಿದವರು, ಅಂಗವಿಹೀನತೆಯನ್ನು ಮೆಟ್ಟಿನಿಂತು ಗೆಲುವಿನ ನಗು ಬೀರಿದವರು, ಕಣ್ಣೀರಿನ ದೋಣಿಯಲ್ಲೇ ಪಯಣಿಸಿದರೂ ಜಗತ್ತಿಗದನ್ನು ತೋರಗೊಡದೇ ಸಾಧನೆಯ ದಡ ಸೇರಿದವರು, ಜಗತ್ತು, ನಸೀಬು ಎಲ್ಲರೂ ಎಲ್ಲವೂ ತಿರುಗಿ ಬಿದ್ದರೂ ತನ್ನ ಹಾದಿಯಿಂದ ವಿಮುಖರಾಗದೇ ನಡೆಯುತ್ತಲೇ ಸಾಗಿದವರು ಎಲ್ಲ ನೆನಪಾಗುತ್ತಾರೆ. ಸಗಣಿನೀರನ್ನು ತನ್ನ ಮೇಲೆಸೆದರೂ, ಲೋಕವೆಲ್ಲ ನಿಂದಿಸಿದರೂ ಹೆಣ್ಣುಮಕ್ಕಳಿಗೆ ಅಕ್ಷರ ಕಲಿಸುವುದನ್ನು ಬಿಡದ ತಾಯಿ ಸಾವಿತ್ರಿಬಾಯಿ ಫುಲೆ ಹತ್ತಿರ ಬಂದು 'ಅಂತಹ ಕಷ್ಟಗಾಲದಲ್ಲಿಯೇ ನಾವು ಒಂದಿಷ್ಟು ಮಾಡಿದ್ದೇವೆ ಎಂದರೆ ಈ ಕಾಲದಲ್ಲಿ ನಿನಗೆ ಮಾಡಲಾಗುವುದಿಲ್ಲವೇ, ಹೆದರದೇ ಮುನ್ನುಗ್ಗು' ಎಂದು ಮೆತ್ತಗೆ ಕಿವಿಯಲ್ಲಿ ಉಸುರಿದ ಹಾಗಾಗುತ್ತದೆ! ಅಲ್ಲಿಗೆ ಮತ್ತೆ ಎದ್ದು ನಡೆಯಲಾರಂಭಿಸುತ್ತೇವೆ.

ಆದರೆ ಕೆಲವೊಮ್ಮೆ ನಿರಾಶಾವಾದ ಆವರಿಸಿ ಬಿಡುತ್ತದೆ. ಅವರೋ ದೊಡ್ಡ ವ್ಯಕ್ತಿಗಳು, ಸಾಧಿಸಿದರು ನನ್ನಿಂದೇನು ಸಾಧ್ಯ ಎಂದೆನ್ನಿಸಿ ಬಿಡುತ್ತದೆ. ಅಂತಹ ಸಂದರ್ಭದಲ್ಲಿ ನಮ್ಮ ನೆರವಿಗೆ ಬರುವುದು ನಮ್ಮದೇ ಜತೆ ಇರುವ ಆದರೆ ಸದ್ದಿಲ್ಲದೇ ಸಾಧನೆ ಮಾಡುತ್ತಿರುವ ಸಾಧಕರು. ಇಂಥವರು ನಮ್ಮ ಜತೆಯೇ ಇರುತ್ತಾರೆ, ಆದರೆ ಮಾಡುವ ಕೆಲಸವನ್ನು ವಿಶೇಷ ಪ್ರೀತಿಯಿಂದ ಮಾಡುತ್ತಾರೆ. ಉದಾಹರಣೆಗೆ ಯಾವುದಾದರೂ ಹೆಚ್ಚುವರಿ ಕೆಲಸ ಮಾಡುವ ಪ್ರಸಂಗ ಬಂದಾಗ ಎಲ್ಲರೂ ಮಾಡಲೇಬೇಕಾಗುತ್ತದೆ, ಮಾಡುತ್ತೇವೆ ಕೂಡ. ಆದರೆ ಹೇಗೆ? ಬಹುತೇಕ ಮಂದಿ ಅದನ್ನು ಒಂದು ಹೊರೆ ಎಂದು ಗೊಣಗುತ್ತಲೇ ಮಾಡುತ್ತೇವೆ. ಅದರಿಂದ ಎರಡು ರೀತಿಯಲ್ಲಿ ನಮಗೆ ತೊಂದರೆ, ಮೊದಲನೆಯದು ಕೆಲಸ ಮಾಡುವಾಗ ನಮಗೆ ಸಂತಸ

ಸಿಗುವುದಿಲ್ಲ ಮತ್ತು ಎರಡನೆಯದು ನಾವದರಿಂದ ಏನನ್ನೂ ಕಲಿಯುವುದಿಲ್ಲ. ಆದರೆ ಈ ರೀತಿಯ ಜನರಿರುತ್ತಾರಲ್ಲ, ಅವರು ಹೊಸ ವಿಷಯವೊಂದನ್ನು ಕಲಿಯುವ ಹುಮ್ಮಸ್ಸಿನಿಂದ ಆ ಕೆಲಸ ಮಾಡುತ್ತಾರೆ, ಮತ್ತು ಆ ಕೆಲಸವನ್ನು ಎಂಜಾಯ್ ಮಾಡುತ್ತಾರೆ. ಮತ್ತು ಇಷ್ಟಪಟ್ಟು ಮಾಡಿದ ಕೆಲಸ ಯಾವತ್ತೂ ಮರೆಯುವುದಿಲ್ಲ. ಮಹೇಶ್‌ರಂತಹ ವ್ಯಕ್ತಿಗಳು ಈ ಸಾಲಿಗೆ ಸೇರುವಂತಹವರು. ಸ್ವಲ್ಪ ನಾನು ಎನ್ನುವ ಅಹಂ ಬಿಟ್ಟರೆ ನಮ್ಮ ಜತೆಯಿರುವ ವ್ಯಕ್ತಿಗಳಿಂದಲೇ ಎಷ್ಟೆಲ್ಲ ಕಲಿಯಬಹುದು ನಾವು!!

ಆದರೆ ಈ ನಾನು ಎನ್ನುವ ಅಹಂ ಇದೆಯಲ್ಲ ಅದರದ್ದೇ ಸಮಸ್ಯೆ! ಮೂರು ಎಂದು ಒಂದುಸಲ ಹೇಳಿಬಿಟ್ಟರೆ ಮುಗಿದುಹೋಯಿತು, ಮಂಚಕ್ಕೆ ನಾಲ್ಕು ಕಾಲು ಎಂದು ಗೊತ್ತಾದರೂ ಒಪ್ಪಿಕೊಳ್ಳಲು ಸಾಧ್ಯವೇ ಆಗುವುದಿಲ್ಲ! ನಿಜ ತಾನೇ? ಯಾವಾಗ ನಾವು, ನಾವೇ ಶ್ರೇಷ್ಠರು ಎಂಬ ಜೇಡರಬಲೆಯಂತಹ ಸುಳ್ಳಿನ ಜಾಲದಿಂದ ಹೊರಬರುತ್ತೇವೆಯೋ ಆಗಲೇ ನಾವು ವಿನೀತರಾಗುತ್ತೇವೆ. ಝೆನ್ ಕಥೆಯೊಂದರ ಪ್ರಕಾರ ತುಂಬಿದ ಚಹಾ ಬಟ್ಟಲಲ್ಲಿ ಹೇಗೆ ಮತ್ತೆ ಚಹಾ ತುಂಬಲು ಸಾಧ್ಯವಿಲ್ಲವೋ ಅದೇ ರೀತಿ ಅಹಂಕಾರದಿಂದ ಕೂಡಿದ ಮನಸ್ಸು ಏನನ್ನೂ ಕಲಿಯಲಾರದು. ಚಿಕ್ಕ ಮಗುವಿನಿಂದಲೂ ಏನನ್ನಾದರೂ ಕಲಿಯಬಹುದು ಎಂದೆಲ್ಲ ನಾವು ಕೇಳಿಯೇ ಇರುತ್ತೇವೆ. ಆದರೆ ಅದು ಸಾಧ್ಯವಾಗುವುದು ನಮ್ಮೊಳಗಿರುವ 'ಈಗೋ' ನಾಶವಾದಾಗ ಮಾತ್ರ! ವಿದ್ಯಾರ್ಥಿಗಳಾಗಲೀ ದೊಡ್ಡವರಾಗಲೀ ಈ ವಿನೀತತೆಯನ್ನು ಬೆಳೆಸಿಕೊಳ್ಳದೇ ಹೋದರೆ ಅಪಾಯ ತಪ್ಪಿದ್ದಲ್ಲ. ಯುವಕರ ಮೂಲಕ ಜಗತ್ತನ್ನೇ ಬದಲಾಯಿಸುವ ಕನಸು ಕಂಡಿದ್ದ ವಿವೇಕಾನಂದರ ಜನ್ಮದಿನವಾದ ಇಂದು ದೇಹ ಮತ್ತು ಮನಸ್ಸುಗಳನ್ನು ದುರ್ಬಲತೆಯಿಂದ ಪಾರು ಮಾಡುವ ಸಂಕಲ್ಪವನ್ನು ನಾವು ಮಾಡಬೇಕಿದೆ. ಅದು ಈಗಿನ ಅತ್ಯಂತ ತುರ್ತು ಅಗತ್ಯವೂ ಹೌದು.

‘ಇಲ್ಲ’ಗಳ ನಡುವೆಯೇ ‘ಎಲ್ಲ’ವನ್ನೂ ಸಾಧಿಸಿದ ಛಲಗಾರ

■ “ನಾನು ರಾಜಸ್ಥಾನದವನು. ಎಂಟು ವರ್ಷದ ಹುಡುಗನಾಗಿದ್ದಾಗ ಮರ ಹತ್ತುವಾಗ ವಿದ್ಯುತ್ ಆಕಸ್ಮಿಕವೊಂದಕ್ಕೆ ಸಿಲುಕಿದೆ. ಆಸ್ಪತ್ರೆಯಲ್ಲಿ ಕಣ್ಣು ತೆರೆದಾಗ ನನ್ನ ಎಡಗೈ ಕತ್ತರಿಸಲ್ಪಟ್ಟಿತ್ತು. ಮಾನಸಿಕವಾಗಿ ಮತ್ತು ದೈಹಿಕವಾಗಿ ಈತ ಗಟ್ಟಿಯಾಗಲಾರ ಎಂದಿದ್ದರು ವೈದ್ಯರು. ಓಡಾಡಿಕೊಂಡಿರಬೇಕಾದ ಬಾಲಕನೊಬ್ಬನ ಕೈ ಹೋದರೆ ಆತನಿಗೆ ಆತನ ಕುಟುಂಬಕ್ಕಾಗುವ ಆಘಾತದ ಪ್ರಮಾಣವನ್ನು ನೀವು ಊಹಿಸಬಹುದು. ಅಂತಹುದೇ ಆಘಾತ ಸಂಕಟ ನಮಗೂ ಆಯಿತು. ಹಳ್ಳಿಗೆ ವಾಪಾಸಾಗುವಾಗ ನನ್ನ ತಲೆಯಲ್ಲಿದ್ದ ಯೋಚನೆ ಒಂದೇ, ನನ್ನ ಓರಿಗೆಯ ಮಕ್ಕಳು ನನ್ನನ್ನು ಆಟಕ್ಕೆ ಸೇರಿಸಿಕೊಳ್ಳುತ್ತಾರೋ ಇಲ್ಲವೋ, ನನ್ನನ್ನು ಕೈ ಇಲ್ಲದವನು ದುರ್ಬಲ ಎಂದು ಹಾಸ್ಯ ಮಾಡಿದರೆ ಏನು ಮಾಡುವುದು ಎಂದೆಲ್ಲ ಯೋಚಿಸುತ್ತಿದ್ದೆ. ಮಕ್ಕಳ ತಲೆಯಲ್ಲಿ ಹಲವಾರು ವಿಚಾರಗಳು ಓಡುತ್ತಿರುತ್ತವೆ ನೋಡಿ. ಹಾಗೇ ಯೋಚಿಸುತ್ತ ಒಂದು ಸಂಜೆ

ಮನೆಯೊಳಗೆ ಕುಳಿತಿದ್ದೆ. ಆಗ ನನ್ನಮ್ಮ ನನ್ನನ್ನು ಬಲವಂತವಾಗಿ ಹೊರಗಡೆ ಎಳೆದುಕೊಂಡು ಹೋದಳು. ಮಕ್ಕಳೆಲ್ಲ ಆಡುತ್ತಿರುವಲ್ಲಿ ಬಿಟ್ಟು ಹೋಗಿ ಅವರೊಂದಿಗೆ ಆಡಿಕೊಂಡು ಬಾ ಎಂದು ಹೇಳಿ ತನ್ನ ಕೆಲಸಕ್ಕೆ ಮರಳಿದಳು. ಬಹುಶಃ ಅದು ನನ್ನ ಜೀವನದ ಮಹತ್ವದ ತಿರುವಾಗಿತ್ತು.

ಆಡುತ್ತಾ ಆಡುತ್ತಾ ನನಗೆ ಆಟದಲ್ಲಿ ಆಸಕ್ತಿ ಇರುವುದು ಗೊತ್ತಾಯಿತು. ಬೇರೆ ಬೇರೆ ಆಟಗಳನ್ನಾಡುತ್ತ ಹತ್ತನೇ ತರಗತಿಗೆ ಬರುವ ವೇಳೆಗೆ ಜಾವಲಿನ್ ಎಸೆತದಲ್ಲಿ ಆಸಕ್ತಿ ಮೂಡಿತು. ಯಾರೋ ಹುಡುಗ ಎಸೆಯುತ್ತಿದ್ದುದನ್ನು ನೋಡಿ ನಾನೂ ಎಸೆದೆ. ಅದು ಅವನು ಎಸೆದುದಕ್ಕಿಂತ ದೂರ ಹೋಯಿತು. ನಾನು ಜಾವಲಿನ್ ಶುರು ಮಾಡಿದಾಗ ನನ್ನ ಹತ್ತಿರ ಭರ್ಚಿ ಇರಲಿಲ್ಲ. ನಾನು ಬಿದಿರಿನ ಜಾವಲಿನ್ ಮಾಡಿಕೊಂಡು, ಅದಕ್ಕೆ ಹಳೆಯ ಸ್ಪಿಯರ್ ಹೆಡ್ ಸಿಕ್ಕಿಸಿಕೊಂಡು ಪ್ರಾಕ್ಟೀಸ್ ಪ್ರಾರಂಭಿಸಿದ್ದೆ.

ಬೇರೆ ಯಾವುದೇ ತರಬೇತಿ ಇಲ್ಲದೇ ನಾನೇ ಸ್ಪರ್ಧೆಗಳಲ್ಲಿ ಇತರ ಸಶಕ್ತ ಹುಡುಗರೊಂದಿಗೆ ಭಾಗವಹಿಸಿ ಗೆಲ್ಲತೊಡಗಿದೆ. ಮೊದಲ ಬಾರಿ ಜಿಲ್ಲಾ ಚಾಂಪಿಯನ್ ಆದೆ. ಆಗ ನನಗೆ ನಾನು ಓಲಂಪಿಕ್ ಪದಕ ಗೆದ್ದಿರುವೆನೆಂದು ಅನಿಸಿತ್ತು! ಏಕೆಂದರೆ ನಾನು ದುರ್ಬಲನಲ್ಲ ಎಂಬುದು ಸಾಬೀತಾಗಿತ್ತು ಮತ್ತು ನನ್ನ ಮಟ್ಟಿಗೆ ಅದು ಬಹಳ ಪ್ರಮುಖವಾದುದಾಗಿತ್ತು.

ನಂತರ 2002ರಲ್ಲಿ ನನಗೆ ಏಷ್ಯನ್ ಕ್ರೀಡೆಗಳಲ್ಲಿ ಭಾರತೀಯ ತಂಡದಲ್ಲಿ ಅವಕಾಶ ಸಿಕ್ಕಿತು. ಅಲ್ಲಿ ಚಿನ್ನದ ಪದಕ ಪಡೆದೆ. ಆಗ ಅಂದಿನ ಪ್ರಧಾನಿ ವಾಜಪೇಯಿ ಈ ಹುಡುಗ ಇಷ್ಟು ಚಿಕ್ಕ ವಯಸ್ಸಿನಲ್ಲಿ ಏಷ್ಯನ್ ಗೇಮ್ಸ್‌ನಲ್ಲಿ ಪದಕ ಪಡೆದಿದ್ದಾನೆ. ಮುಂದೊಂದು ದಿನ ಓಲಂಪಿಕ್ಸ್ ಪದಕ ಗೆಲ್ಲುತ್ತಾನೆ ಎಂದಿದ್ದರು. ನಾನು 2004ರ ಅಥೆನ್ಸ್ ಪ್ಯಾರಾಲಂಪಿಕ್ಸ್‌ನಲ್ಲಿ ಭಾರತವನ್ನು ಪ್ರತಿನಿಧಿಸಲು ಆಯ್ಕೆಯಾದೆ. ತಂಡದ ಧ್ವಜ ಹಿಡಿಯುವ ಅವಕಾಶವೂ ನನಗೇ ಸಿಕ್ಕಿತು. ಅಲ್ಲಿ ನಾನು ವಿಶ್ವದಾಖಲೆಯೊಂದಿಗೆ ಚಿನ್ನದ ಪದಕ ಗೆದ್ದೆ.

2008ರ ಓಲಂಪಿಕ್ಸ್‌ನಲ್ಲಿ ಜಾವಲಿನ್ ಎಸೆತವನ್ನೇ ಕೈಬಿಟ್ಟಿದ್ದರು! ನನ್ನ ದುರಾದೃಷ್ಟ! 2012 ರಲ್ಲೂ ಹಾಗೇ ಆಯಿತು. ಆಗ ನನಗೆ ಬಹಳಷ್ಟು ಮಂದಿ ಹೇಳಿದರು, "ದೇವೇಂದ್ರ, ಈಗ ನೀನು ಆಟವನ್ನು ಬಿಟ್ಟುಬಿಡಬೇಕು, ಬಹಳ ಸಮಯವಾಯಿತು ನೀನು ಪ್ರಯತ್ನ ಪಡುತ್ತ, ಇನ್ನು ಆಡಲಾಗುತ್ತದೆಯೇ?" ನಾನು ಸುಮ್ಮನಿದ್ದೆ, ನನ್ನ ತರಬೇತಿ ಮುಂದುವರೆಸುತ್ತ. ಅದೃಷ್ಟವಶಾತ್ 2016ರಲ್ಲಿ ರಿಯೋ ಡಿ ಜನ್ಯೆರೋದಲ್ಲಿ ಜಾವಲಿನ್ ಎಸೆತ ಸೇರ್ಪಡೆಯಾಗಿತ್ತು! ಆಗ ನಾನೆಂದೆ, ನಾನು ರಿಯೋದಲ್ಲಿ ಏನು ಮಾಡುತ್ತೇನೆಂದು ನೋಡುತ್ತಿರಿ! ದೇವರ ದಯೆಯಿಂದ ಅವತ್ತು ನಾನು ಆಡಿದ ಆಟ ಅಪೂರ್ವವಾಗಿತ್ತು! 63.97 ಮೀಟರ್ ದೂರ ಎಸೆದು ಹೊಸ ವಿಶ್ವದಾಖಲೆಯೊಂದಿಗೆ ನಾನು ಚಿನ್ನದ

ಪದಕ ಗೆದ್ದಿದ್ದೆ. ಹನ್ನೆರಡು ವರ್ಷಗಳ ನಂತರ ನನ್ನದೇ ವಿಶ್ವದಾಖಲೆಯನ್ನು ನಾನೇ ಮುರಿದಿದ್ದೆ! 2004ರಲ್ಲಿ ನನಗೆ 23 ವರ್ಷವಾಗಿತ್ತು. ರಿಯೋದಲ್ಲಿ ಪದಕ ಗೆಲ್ಲುವಾಗ 35 ವರ್ಷ. ಆಗ ನಾನೆಂದೆ ಇವತ್ತು ಮೂವತ್ತೈದು ವರ್ಷದ ದೇವೇಂದ್ರ ಝಾಝರಿಯಾ ಇಪ್ಪತ್ಮೂರು ವರ್ಷದ ದೇವೇಂದ್ರ ಝಾಝರಿಯಾನನ್ನು ಸೋಲಿಸಿಬಿಟ್ಟ!! ನಾನು ರಿಯೋ ಪ್ಯಾರಾಲಂಪಿಕ್ಸ್‌ನಲ್ಲಿ ಚಿನ್ನದ ಪದಕ ಜಯಿಸಿ ವಾಪಾಸ್ ಮರಳಿದಾಗ ಅಮ್ಮ ಹೇಳಿದಳು, 'ನೀನು ಓಲಂಪಿಕ್ಸ್‌ನಲ್ಲಿ ಪದಕ ಗೆಲ್ಲಲಿ ಎಂದು ನಾನು ನಿನ್ನನ್ನು ಆಟಕ್ಕೆ ಕಳಿಸಿರಲಿಲ್ಲ, ಇತರರಿಗಿಂತ ನಾನು ಯಾವುದರಲ್ಲೂ ಕಡಿಮೆಯಿಲ್ಲ ಎಂಬ ಆತ್ಮವಿಶ್ವಾಸ ಮೂಡಿಸಲೆಂದು ನಿನ್ನನ್ನು ಮೈದಾನಕ್ಕೆ ಕಳಿಸಿದ್ದು!!'

ಬದುಕಿನಲ್ಲಿ ಯಾವುದೂ ಅಸಾಧ್ಯ ಎಂಬುದನ್ನು ನಾನು ಒಪ್ಪುವುದಿಲ್ಲ. ಅದರ ಹಿಂದೆ ನಿಮ್ಮ ಶ್ರಮ ಎಷ್ಟು, ನಿಮ್ಮ ಇಚ್ಛಾಶಕ್ತಿ ಎಷ್ಟು ಎಂಬುದು ಮುಖ್ಯ. ನಾನು ಜೀವನದಲ್ಲಿ ಬಹಳಷ್ಟನ್ನು ಕಲಿಯಲಿಲ್ಲ. ನಾನು ಜಾವಲಿನ್ ಎಸೆಯುವುದನ್ನು ಕಲಿತೆ ಮತ್ತು ಜಾವಲಿನ್ ಎಸೆಯಬೇಕು ಎಂದು ತೀರ್ಮಾನಿಸಿದೆ. ಕ್ಯಾಂಪ್‌ನಲ್ಲಿ ಎಲ್ಲರೂ ತಮ್ಮ ತಮ್ಮ ಆಟದ ಸಾಮಗ್ರಿಗಳನ್ನು ಸ್ಟೋರ್ ರೂಮಿನಲ್ಲಿಟ್ಟು ಬಂದರೆ ನಾನು ಮಾತ್ರ ಜಾವಲಿನ್ ಅನ್ನು ಕೋಣೆಗೆ ತರುತ್ತಿದ್ದೆ. ಯಾಕೆ ಎಂದು ಕೆಲವರು ಕೇಳುತ್ತಿದ್ದರು. ಆಗ ಅವರಿಗೆ ನಾನು, ನನಗೆ ನನ್ನ ಗುರಿ ಇಪ್ಪತ್ನಾಲ್ಕು ಗಂಟೆಯೂ ಕಾಣುತ್ತಿರಬೇಕು ಎಂದು ಉತ್ತರಿಸುತ್ತಿದ್ದೆ!!

ಮತ್ತೊಮ್ಮೆ ಹೇಳುತ್ತಿದ್ದೇನೆ, ಕಷ್ಟ ಯಾವುದೂ ಅಲ್ಲ. ನಿಮ್ಮಲ್ಲಿ ಬಹಳಷ್ಟನ್ನು ಸಾಧಿಸುವ ಸಾಮರ್ಥ್ಯವಿದೆ. ಆದರೆ ಜನರು ಆಕಡೆಗೂ ಗಮನ ಕೊಡುತ್ತಾರೆ ಈಕಡೆಯೂ ಗಮನ ಕೊಡುತ್ತಾರೆ, ವಾಸ್ತವವಾಗಿ ಅವರ ಗುರಿ ಎದುರಿಗಿರುತ್ತದೆ! ನಮ್ಮ ಸಮಸ್ಯೆ ಇದೇ. ನಮ್ಮ ಗುರಿ ಏನು ಯಾವುದು ಎಂದು ನಿರ್ಧರಿಸಿಕೊಳ್ಳದೇ ಇರುವುದು! ಜೀವನದ ಅತ್ಯಂತ ದೊಡ್ಡ ಖುಶಿ ಏನು ಎಂದು ನನ್ನನ್ನು ಬಹಳ ಬಾರಿ ಪ್ರಶ್ನಿಸಿದ್ದಾರೆ. ಓಲಂಪಿಕ್ಸ್‌ನಲ್ಲಿ ಚಿನ್ನ ಗೆದ್ದು ಪದಕ ಪಡೆಯುವಾಗ ನಮ್ಮ ದೇಶದ ರಾಷ್ಟ್ರಗೀತೆ ಮೊಳಗುತ್ತಲಿರುವಾಗ ನಿಧಾನವಾಗಿ ನಮ್ಮ ರಾಷ್ಟ್ರಧ್ವಜ ಮೇಲೇರುತ್ತದಲ್ಲ ಅದು ನನ್ನ ಪಾಲಿಗೆ ಅತ್ಯಂತ ಸಂತಸದ ಕ್ಷಣ.

ಹಾ, ನಮ್ಮ ದೇಶದಲ್ಲಿ ಓಲಂಪಿಕ್‌ಗಿಂತ ಎರಡು ತಿಂಗಳ ಮೊದಲು ನಾವು ಓಲಂಪಿಕ್ಸ್‌ನಲ್ಲಿ ಗೆಲ್ಲಬಹುದಾದ ಪದಕಗಳ ಬಗ್ಗೆ ಚರ್ಚೆ ಪ್ರಾರಂಭವಾಗುತ್ತದೆ ಮತ್ತು ಕ್ರೀಡಾಕೂಟ ಮುಗಿದ ಎರಡು ತಿಂಗಳಿಗೆ ಫಲಿತಾಂಶಗಳ ಬಗ್ಗೆ ಚರ್ಚೆ ಮುಗಿಯುತ್ತದೆ. ಹಾಗಾಗಿಯೇ ನಾವು ಅಲ್ಲಿ ಹಿಂದುಳಿದಿದ್ದೇವೆ. ಈ ರೀತಿಯ ಚರ್ಚೆ ಸತತವಾಗಿ ನಾಲ್ಕು ವರ್ಷವೂ ಜಾರಿಯಲ್ಲಿರಬೇಕು.

ಬದುಕು ಹೋರಾಟ ನಿಜ, ಆದರೆ ಹೋರಾಟವಿಲ್ಲದೇ ಜೀವನವಿಲ್ಲ. ಹಣ ಮತ್ತು ಸೌಲಭ್ಯಗಳ ಮಾತು ಆಮೇಲೆ. ಮೊದಲು ನಮ್ಮಲ್ಲಿ ಸಾಧಿಸುವ ಛಲ ಇರಬೇಕು. ಕಲಿಯುವುದನ್ನು ನಿಲ್ಲಿಸಿದ ಕ್ಷಣವೇ ಗೆಲ್ಲುವುದೂ ನಿಂತು ಹೋಗುತ್ತದೆ! ಧನ್ಯವಾದಗಳು."

2012ರ ಪದ್ಮಶ್ರೀ, 2014ರ ಅರ್ಜುನ ಹಾಗೂ 2017ರ ರಾಜೀವ್ ಗಾಂಧಿ ಖೇಲ್ ರತ್ನ ಪ್ರಶಸ್ತಿಗೆ ಭಾಜನರಾದ ಭಾರತದ ಹೆಮ್ಮೆಯ ಕ್ರೀಡಾಪಟು ದೇವೇಂದ್ರ ಝುಝಾರಿಯಾ. ಸಂಕಷ್ಟಗಳ ಸರಮಾಲೆ ಎದುರಿಸಿಯೂ ಸಾಧನೆಗೈದ ಅಪ್ಪಟ ಛಲಗಾರ. 2004ರ ಓಲಂಪಿಕ್ಸ್‌ಗೆ ಹೋಗಲು ಆತನ ಹತ್ತಿರ ಹಣವೇ ಇರಲಿಲ್ಲ! ಆದರೂ ಸಾಲಸೋಲ ಮಾಡಿ 32 ವರ್ಷಗಳ ನಂತರ ಓಲಂಪಿಕ್ಸ್ ಒಂದರಲ್ಲಿ ಭಾರತೀಯನೊಬ್ಬ ವಿಶ್ವದಾಖಲೆಯೊಂದಿಗೆ ಚಿನ್ನ ಗೆದ್ದ ಸಾಧನೆ ಮಾಡಿದ! ಮೂರು ದಶಕಗಳ ಚಿನ್ನದ ಬರಕ್ಕೆ ಕೊನೆ ಹಾಡಿದರೂ ಭಾರತದ ಯಾವ ಪತ್ರಿಕೆಗಳೂ ಅದರ ಬಗ್ಗೆ ಸುದ್ದಿ ಮಾಡಲಿಲ್ಲ! ಕಾರಣ ಪ್ಯಾರಾಲಂಪಿಕ್ಸ್ ಎಂಬ ಅಸಡ್ಡೆ! 2008ರಲ್ಲಿ ಜಾವಲಿನ್ ಎಸೆತ ಓಲಂಪಿಕ್ಸ್‌ನಿಂದ ತೆಗೆಯಲ್ಪಟ್ಟಾಗಲೂ ಆತ ಪ್ರಾಕ್ಟೀಸ್ ಮಾಡುತ್ತಲೇ ಇದ್ದ. ಒಂದಲ್ಲ ಒಂದು ದಿನ ಅತ್ಯುತ್ತಮ ಸಾಧನೆ ಮಾಡುವ ಹಂಬಲದೊಂದಿಗೆ. ಅದೇ ವೇಳೆಗೆ ಮೊಣಕಾಲಿನ ಗಾಯದಿಂದಾಗಿ ಆತನ ವೃತ್ತಿಜೀವನ ಮುಗಿಯಿತೆಂದೇ ಎಲ್ಲರೂ ಭಾವಿಸಿದ್ದರು. ಅದಕ್ಕೆ ತಲೆಕೆಡಿಸಿಕೊಳ್ಳದೇ 2013ರ ವಿಶ್ವಚಾಂಪಿಯನ್‌ಶಿಪ್‌ನಲ್ಲಿ ಚಿನ್ನ ಗೆದ್ದ. 35ರಲ್ಲಿ ಓಲಂಪಿಕ್ಸಾ ಎಂದು ಹೀಗಳೆದರು. ಆತ ಮತ್ತೆ ವಿಶ್ವದಾಖಲೆ ಬರೆದ. ಅಂಗವೈಕಲ್ಯ. ಬಡತನ, ನೇತ್ಯಾತ್ಮಕತೆ, ವಯಸ್ಸು ಎಲ್ಲವನ್ನೂ ಮೀರಿ ಸಾಧಿಸಿದ ದೇವೇಂದ್ರ ಅವರ ಎದುರು ಚಿಕ್ಕ ಪುಟ್ಟ ಸಮಸ್ಯೆಗಳಿಗೇ ಕಂಗಾಲಾಗಿ ಹೋಗುವ ನಾವು ಮತ್ತು ನೀವು ಕಲಿಯುವುದು ಬೆಟ್ಟದಷ್ಟಿದೆ ಅಲ್ಲವೇ? ಯಾವುದೇ ಉದ್ಯೋಗಕ್ಕಾದರೂ ಕನಿಷ್ಠ ಮೂರು ವರ್ಷವಾದರೂ ತಪಸ್ಸಿನಂತೆ ಓದಬೇಕು ಎಂಬುದು ಗೊತ್ತಿದ್ದರೂ ಓದದೇ ಪದವಿ ಮುಗಿದ ತಕ್ಷಣ ಕೆಲಸ ಸಿಕ್ಕಿಬಿಡಬೇಕು ಎಂದು ನಿರೀಕ್ಷಿಸಿ ನಿರಾಶರಾಗುವ ನಮ್ಮ ಹುಡುಗ ಹುಡುಗಿಯರಿಗೆ, ಐಎಎಸ್ ಪರೀಕ್ಷೆಗೆ ತಡವಾಗಿ ಹೋಗಿ ಬರೆಯಲು ಅವಕಾಶ ಸಿಗದಿದ್ದುದ್ದಕ್ಕೆ ಆತ್ಮಹತ್ಯೆ ಮಾಡಿಕೊಳ್ಳುವ ಯುವಕರಿಗೆ ದೇವೇಂದ್ರ ಝುಝಾರಿಯಾರಂತಹ ಛಲದಂಕಮಲ್ಲರ ಬಗ್ಗೆ ಪಠ್ಯ ಇಡಬೇಕು. ಇಲ್ಲವೇ ಮಾಹಿತಿಯನ್ನಾದರೂ ನೀಡಬೇಕು. ಯೂಟ್ಯೂಬ್ ಚಾನೆಲ್‌ಗಳಲ್ಲಿದ್ದ ಝುಝಾರಿಯಾರವರ ಭಾಷಣಗಳನ್ನು ಅನುವಾದಿಸಿ ನಾನು ಈ ಲೇಖನವಾಗಿಸಿದ್ದರ ಉದ್ದೇಶವೂ ಅದೇ. ಇದೀಗ 2020ರ ಟೋಕಿಯೋ ಓಲಂಪಿಕ್ಸ್‌ಗೆ ತಯಾರಿ ನಡೆಸುತ್ತಿರುವ ದೇವೇಂದ್ರ ಝುಝಾರಿಯಾರ ಮನೋಬಲಕ್ಕೊಂದು ಹ್ಯಾಟ್ಸಾಫ್!!

ಸೋಲು ಎಂದರೆ ವೈಫಲ್ಯವಲ್ಲ, ಪ್ರಯತ್ನ ಪಡದಿರುವುದು

ಒಂದೂರಿನಲ್ಲಿ ಒಬ್ಬ ರೈತನಿದ್ದ. ಆತನ ಹತ್ತಿರ ಒಂದು ನಾಯಿ ಮತ್ತು ಒಂದು ಮೊಲ ಇದ್ದವು. ಒಂದು ದಿನ ಆತ ಅವೆರಡರ ನಡುವೆ ಒಂದು ಸ್ಪರ್ಧೆ ಏರ್ಪಡಿಸಿದ. ಮನೆಯೆದುರಿನ ದೊಡ್ಡ ಮೈದಾನದಲ್ಲಿ ಒಂದು ಹೊಂಡ ತೋಡಿ ಅದರಲ್ಲಿ ಒಂದು ಮೂಳೆ ಮತ್ತು ಒಂದು ಕ್ಯಾರೆಟ್ ಅನ್ನು ಅಡಗಿಸಿ ಮತ್ತೆ ಅದನ್ನು ಮುಚ್ಚಿದ. ಯಾವ ಪ್ರಾಣಿ ಅದನ್ನು ಮೊದಲು ಹುಡುಕುತ್ತದೆ ಎಂಬುದೇ ಆ ಸ್ಪರ್ಧೆ. ರೈತ ಹೇಳಿದ್ದೇ ನಾಯಿ ಆ ಕಡೆ ಈ ಕಡೆ ನೋಡಿ ಒಂದು ಕಡೆ ಒಳ್ಳೆಯ ಜಾಗ ಹುಡುಕಿ ಹೋಗಿ ಕುಳಿತುಬಿಟ್ಟಿತು. ಅಬ್ಬ ಇಷ್ಟು ದೊಡ್ಡ ಮೈದಾನದಲ್ಲಿ ಹುಡುಕುವುದು ಹೇಗೆ? ಇದೇನು ಆಗುವ ಕೆಲಸವಾ? ನಮ್ಮ ಯಜಮಾನನಿಗೆ ಬೇರೆ ಕೆಲಸವಿಲ್ಲ ಎಂದು ಗೊಣಗುತ್ತಾ ನನ್ನಿಂದ ಸಾಧ್ಯವಿಲ್ಲಪ್ಪಾ, ಅದರ ಬದಲು ಸುಮ್ಮನೆ ಕುಳಿತುಕೊಳ್ಳುವುದು ಒಳ್ಳೆಯದು ಎಂದು ದೂರುತ್ತಲೇ ಕುಳಿತುಕೊಂಡಿತದು.

ಆದರೆ ಮೊಲ ತಕ್ಷಣ ಒಂದು ಕಡೆಯಿಂದ ಮೈದಾನವನ್ನು ಅಗೆಯಲು ಶುರು ಮಾಡಿತು. ಅಲ್ಲಿ ಇಲ್ಲಿ ಜಿಗಿದು ತಾನು ಹುಡುಕಿಯೇ ಹುಡುಕುತ್ತೇನೆ ಎಂದು ಉತ್ಸಾಹದಿಂದ ಕೆಲಸ ಮಾಡಲಾರಂಭಿಸಿತು. ನೆಲವನ್ನೆಲ್ಲ ಮೂಸಿ ನೋಡುವುದು, ಅಗೆಯುವುದು ಮಾಡತೊಡಗಿತು. ಆದರೆ ಎಷ್ಟು ಅಗೆದರೂ ರೈತ ಕ್ಯಾರೆಟ್ ಅಡಗಿಸಿಟ್ಟ ಜಾಗ ಸಿಗುತ್ತಲೇ ಇಲ್ಲ! ಆದರೂ ಮೊಲ ಛಲ ಬಿಡಲಿಲ್ಲ. ಸರಿಸುಮಾರು ಇಡೀ ಮೈದಾನದ ಎಲ್ಲ ಕಡೆಯೂ ಮೊಲ ನೆಲ ಅಗೆದು ನೋಡಲು ಪ್ರಯತ್ನಿಸಿತು. ಕೊನೆಗೆ ಮೊಲ ನಾಯಿ ಕುಳಿತಿರುವ ಕಡೆಗೇ ಹೊಂಡ ತೋಡುತ್ತ ಬಂತು. ಅದು ನಾಯಿ ಕೂತ ಜಾಗಕ್ಕೆ ಸುರಂಗ ತೋಡಿದ ಹಾಗಾಯಿತು. ಅರೇ! ಎಲ್ಲಿ ನಾಯಿ ಕುಳಿತಿತ್ತೋ ಆ ಜಾಗದ ಕೆಳಗೇ ಮೂಳೆ ಮತ್ತು ಕ್ಯಾರೆಟ್ ಇದ್ದವು!

ಮೊದಲೇ ಮೂಳೆ ಇರುವ ಜಾಗವನ್ನು ಅಂದಾಜು ಮಾಡಿದ್ದು ನಾಯಿ. ನಾಯಿಯ ವಾಸನಾಶಕ್ತಿ ಮೊಲಕ್ಕಿಂತ ಚುರುಕು. ಅದು ಮೊದಲು ಯಾವ ಜಾಗಕ್ಕೆ ಬಂತೋ ಅಲ್ಲಿ ಚೂರು ಪ್ರಯತ್ನಿಸಿದ್ದರೂ ನಾಯಿ ಗೆದ್ದುಬಿಡುತ್ತಿತ್ತು! ಆದರೆ ಅದರ ನಿರಾಶಾವಾದ ಅದು ಕುಳಿತ ಜಾಗದಲ್ಲೇ ಇರುವ ಮೂಳೆಯನ್ನು ಸಿಗದ ಹಾಗೆ ಮಾಡಿತು. ಅದೇ ಮೊಲದ ಆಶಾವಾದವನ್ನು ನೋಡಿ! ಎಷ್ಟೇ ಕಷ್ಟವಾದರೂ ಛಲಬಿಡದೇ ಹುಡುಕುವ ಹಾಗೆ ಮಾಡಿತು.

ಒಂದು ವಿಷಯ ನಮ್ಮೆಲ್ಲರ ಗಮನಕ್ಕೂ ಬಂದಿದೆ. ಅದೇನೆಂದರೆ ಜೀವನದಲ್ಲಿ ಬಹಳ ಬುದ್ಧಿವಂತರು ಮಾತ್ರ ಯಶಸ್ವಿಯಾಗುತ್ತಾರೆ ಎಂದು ಹೇಳಲು ಬರುವುದಿಲ್ಲ! ಮೇಲಿನ ಕಥೆಯ ನಾಯಿಯ ಹಾಗೆ ಎಷ್ಟೇ ಜಾಣರಾದರೂ ನಿರಾಶಾವಾದವೊಂದಿದ್ದರೆ ಯಶಸ್ಸು ಕನ್ನಡಿಯೊಳಗಿನ ಗಂಟೇ. ಸಾಮರ್ಥ್ಯವಿದ್ದರೂ ಸೋಲುವ ಈ ನಾಯಿ ಒಂದು ಉದಾಹರಣೆ ಮಾತ್ರ! ಅಂತಹ ಜನರಿಗೆ ಕೊರತೆಯೇ ಇಲ್ಲ. ಉಹು, ಅಂತಹವರೇ ಜಗತ್ತಿನಲ್ಲಿ ಹೆಚ್ಚಿಗೆ ಇರುವುದು! ಆದರೆ ಮೊಲ! ಭರವಸೆಯನ್ನೇ ನಂಬಿತು. ಜಗತ್ತಿನಲ್ಲಿರುವ ಸಾಧಕರಿಗೆ ಉದಾಹರಣೆ ಈ ಮೊಲ!! ಆಶಾವಾದ ಅಸಾಧ್ಯವನ್ನು ಸಾಧ್ಯವಾಗಿಸಿದರೆ ನಿರಾಶಾವಾದ ಕಣ್ಣೆದುರಿಗಿರುವ ಸಾಧ್ಯತೆಯನ್ನೂ ನಾಶಗೊಳಿಸಿತು!

'ನೀನು ಏನನ್ನಾದರೂ ತೀವ್ರವಾಗಿ ಬಯಸಿದರೆ ಇಡೀ ಜಗತ್ತೇ ನಿನ್ನೊಡನೆ ಸೇರಿ ಅದನ್ನು ನಿನಗೆ ದೊರಕಿಸಿಕೊಡಲು ಹೊಂಚುಹಾಕುತ್ತದೆ' ಎಂಬ ಸಾಲು ಪಾವ್ಲೋ ಕೊಯೆಲ್ಲೋನ 'ಆಲ್ಕೆಮಿಸ್ಟ್' (ಈ ಪುಸ್ತಕವನ್ನು ಓದದವರು ಖಂಡಿತ ಓದಿ. 'ರಸವಾದಿ' ಎಂದು ಕನ್ನಡ ಅನುವಾದವೂ ಲಭ್ಯವಿದೆ)ನಲ್ಲಿ ಬರುತ್ತದೆ. ಕೊಯೆಲ್ಲೋ ಹೇಳುವಂತೆ ಕನಸು ನನಸಾಗುವ ಸಾಧ್ಯತೆ ಬದುಕನ್ನು ಆಸಕ್ತಿದಾಯಕವಾಗಿಸುತ್ತದೆ. ಆ ಭರವಸೆಯ ಕಿರಣವೇ ಎಂತಹ ಕತ್ತಲಲ್ಲೂ

ನಡೆವ ಹಾದಿ ತೋರುತ್ತದೆ, ಕೈ ಹಿಡಿದು ಮುನ್ನಡೆಸುತ್ತದೆ. ಏಳು ಸಲ ಬಿದ್ದರೂ ಎಂಟನೆಯ ಸಲ ಎದ್ದು ನಡೆಯುವುದರಲ್ಲಿಯೇ ಬದುಕಿನ ಸೌಂದರ್ಯದ ಗುಟ್ಟಿದೆ ಎನ್ನುತ್ತಾನೆ ಕೊಯೆಲ್ಲೋ.

ಭರವಸೆ ಎಂದರೆ ನಂಬಿಕೆ. ಎರಡು ಸಾವಿರ ವಸ್ತುಗಳನ್ನು ಉಪಯೋಗಿಸಿದರೂ ಬಲ್ಬ್ ತಯಾರಿಕೆ ವಿಫಲವಾದಾಗ ಎಡಿಸನ್ ಅವರನ್ನು ತಮ್ಮ ಪ್ರಯತ್ನ ನಿಲ್ಲಿಸದಂತೆ ಮಾಡಿದ್ದು ಈ ಭರವಸೆಯೇ!! ಇಷ್ಟು ವಸ್ತುಗಳನ್ನು ಉಪಯೋಗಿಸಿದರೂ ಆಗಲಿಲ್ಲವಲ್ಲ ಎಂದು ಅವರು ಕೈಚೆಲ್ಲಿದ್ದರೆ ಜಗತ್ತು ಬೆಳಕು ಕಾಣುತ್ತಿರಲಿಲ್ಲ. ಯಾವಾಗಲೂ ಬದುಕು ನಮ್ಮೆದುರು ಎರಡು ಆಯ್ಕೆಗಳನ್ನಿಡುತ್ತದೆ. ಒಂದು ಗೆಲುವಿನ ಗುಟ್ಟುಗಳನ್ನು ಹೇಳುವುದು, ಇನ್ನೊಂದು ಸೋಲಿಗೆ ನೆಪಗಳನ್ನು ಹೇಳುವುದು!! ಮತ್ತು ಇವೆರಡೂ ಆಯ್ಕೆಗಳು ಯಾವಾಗಲೂ ನಮ್ಮವೇ ಆಗಿರುತ್ತವೆ!! ದುರಂತವೆಂದರೆ ನಾನು ಹೇಗೆ ಗೆಲ್ಲಬಹುದು ಎಂದು ಯೋಚಿಸುವವರಿಗಿಂತ ನಾನು ಹೇಗೆ ಸೋಲಬಹುದು, ನನ್ನಿಂದ ಯಾಕೆ ಸಾಧ್ಯವಿಲ್ಲ ಯೋಚಿಸುವವರೇ ಹೆಚ್ಚು! ಇಡುವ ಮೊದಲ ಹೆಜ್ಜೆಯಲ್ಲಿಯೇ ಅಳುಕಿದ್ದರೆ ದಾರಿ ಸಾಗೀತಾದರೂ ಹೇಗೆ? ಹೆದರದೇ ಸಣ್ಣ ಪುಟ್ಟ ಸೋಲುಗಳನ್ನು ಕಡೆಗಣಿಸಿ ಮುನ್ನಡೆದರೆ ಯಶಸ್ಸು ಖಂಡಿತ!! ಆದರೆ ನಾವು ಅದನ್ನು ಬಿಟ್ಟು ಆರಂಭಿಕ ಸೋಲುಗಳ ಪೋಸ್ಟ್ ಮಾರ್ಟಮ್ ಪ್ರಾರಂಭಿಸಿಬಿಡುತ್ತೇವೆ. ನಮ್ಮ ಕನಸುಗಳನ್ನು ನಾವೇ ಕೈಯ್ಯಾರೆ ಕೊಂದಿದ್ದರೂ ಆತ್ಮಹತ್ಯೆ ಎಂದು ಶರಾ ಬರೆದು ಬಿಡುತ್ತೇವೆ!

ನಿರಾಶಾವಾದ ಇವತ್ತಿನವರೆಗೂ ಯಾರಿಗೂ ಒಳ್ಳೆಯದನ್ನು ಮಾಡಿಲ್ಲ. ಬದಲು ಗೆಲುವಿನ ಹತ್ತಿರ ಬಂದವರ ದಾರಿ ತಪ್ಪಿಸಿದೆ! ಇನ್ನೇನು ಕೈಗೆ ಬಂದ ತುತ್ತು ಬಾಯಿಗೆ ಬರದಂತೆ ಮಾಡಿದೆ! ಅಷ್ಟೇ ಅಲ್ಲ, ತಟ್ಟೆಯಲ್ಲಿ ಅನ್ನವನ್ನಿಟ್ಟುಕೊಂಡು ಉಪವಾಸ ಇರುವಂತೆ ಮಾಡಬಲ್ಲ ಅಪಾರ ಸಾಮರ್ಥ್ಯ ಈ ನಿರಾಶಾವಾದಕ್ಕಿದೆ. ಎಲ್ಲವನ್ನು ಸಾಧಿಸಬಲ್ಲ ಅಪರೂಪದ ತಾಕತ್ತಿರುವ ವ್ಯಕ್ತಿಗಳೂ ನಿರಾಶೆಯ ತೆಕ್ಕೆಗೆ ಸಿಕ್ಕಿ ಬರೀ ನೆಪ ಹೇಳುವುದಕ್ಕೆ ಸೀಮಿತರಾಗುತ್ತಾರೆ.

ನಾವೆಲ್ಲ ವಾಲ್ಟ್ ಡಿಸ್ನಿಯ ಹೆಸರು ಕೇಳಿದ್ದೇವೆ. ಆತನ ವೃತ್ತಿಜೀವನದ ಆರಂಭದಲ್ಲಿ ಆತನನ್ನು ಒಂದು ವೃತ್ತಪತ್ರಿಕೆಯಿಂದ ಹೊರಹಾಕಲಾಗಿತ್ತು! ಡಿಸ್ನಿಯ ಹತ್ತಿರ ಒಳ್ಳೆಯ ಐಡಿಯಾಗಳಿಲ್ಲ ಮತ್ತು ಉತ್ತಮ ಕಲ್ಪನಾಶಕ್ತಿ ಇಲ್ಲ ಎಂಬುದು ಅದಕ್ಕೆ ಸಂಪಾದಕ ಕೊಟ್ಟ ಕಾರಣವಾಗಿತ್ತು! ಅದಾದ ನಂತರ ಡಿಸ್ನಿ ಆರಂಭಿಸಿದ ಹಲವು ವ್ಯವಹಾರಗಳು ವಿಫಲವಾದವು. ಆತ ದಿವಾಳಿಯೂ ಆದ! ನೆಪಗಳಲ್ಲ, ವಾಸ್ತವವೇ ಆತನನ್ನು ನಿರಾಶಾವಾದಕ್ಕೆ ದೂಡಬಹುದಾದ ಕ್ಲಿಷ್ಟ ಸಮಯವದು!! ಆದರೆ ವಾಲ್ಟ್ ಡಿಸ್ನಿಯನ್ನು ನಿರಂತರ ಸೋಲು, ದಿವಾಳಿತನ, ಜನರ ಅಪಹಾಸ್ಯ, ಅವಮಾನ, ಅನುಮಾನ ಯಾವುದೂ ನಿರಾಶಾವಾದದ

ಸುಳಿಯಲ್ಲಿ ನೂಕಲು ಯಶಸ್ವಿಯಾಗಲಿಲ್ಲ! ಆತ ತನ್ನ ಪ್ರಯತ್ನಗಳನ್ನು ಬಿಡಲೂ ಇಲ್ಲ! ಕೇವಲ ಇಪ್ಪತ್ತು ಡಾಲರ್‌ಗಳನ್ನು ಇಟ್ಟುಕೊಂಡು ಮತ್ತೆ ಹೊಸದಾಗಿ ಜೀವನ ಆರಂಭಿಸಲು ಹಾಲಿವುಡ್ ಕಡೆ ಪ್ರಯಾಣ ಬೆಳೆಸಿದ ಆತನ ಮುಂದಿನ ಬದುಕು ಈಗ ಇತಿಹಾಸ. ಹಾಲಿವುಡ್‌ನಲ್ಲಿ ಹೊಸ ಅಧ್ಯಾಯವನ್ನೇ ಬರೆದ 'ಸ್ನೋ ವೈಟ್ ಮತ್ತು ಏಳು ಕುಳ್ಳರು' ಆನಿಮೇಟೆಡ್ ಸಿನಿಮಾ, ಮಿಕಿ ಮೌಸ್, ಡಿಸ್ನಿ ಲ್ಯಾಂಡ್ ಪ್ರತಿಯೊಂದೂ ಆತನ ಅದ್ಭುತ ಕಲ್ಪನಾಶಕ್ತಿಗೆ ಅತ್ಯುತ್ತಮ ಉದಾಹರಣೆಗಳು! ತಾನು ಒಂದೇ ಯಶಸ್ಸನ್ನು ಪುನರಾವರ್ತಿಸುವುದಿಲ್ಲ ಎಂದು ಹೇಳುತ್ತಿದ್ದ ಡಿಸ್ನಿ ಅದೇ ಛಲದಿಂದ ಹತ್ತು ಹಲವು ಸಾಧನೆಗಳನ್ನು ಮಾಡಲು ಸಾಧ್ಯವಾಯಿತು!! ಆತನ ಆಶಾವಾದ ಆತನನ್ನು ಏರಿಸಿದ ಎತ್ತರ ಕೆಲವರಿಗೆ ಮಾತ್ರ ಏರಲು ಸಾಧ್ಯವಾಗುವಂತಹುದು. ಹಣವಿಲ್ಲದ ಮನುಷ್ಯ ದಿವಾಳಿಯಲ್ಲ, ಎದೆಯಲ್ಲಿ ಭರವಸೆಯ ನಿಧಿ ಇರುವವನಷ್ಟು ಶ್ರೀಮಂತರು ಯಾರೂ ಇಲ್ಲ. ಅದಕ್ಕೆ ಅತ್ಯುತ್ತಮ ಉದಾಹರಣೆ ಡಿಸ್ನಿ! ಡಿಸ್ನಿಯ ಹತ್ತಿರ ಹಣವಿಲ್ಲದಾಗಲೂ ಆತನ ಆಶಾವಾದ ಸೋಲೊಪ್ಪಿಕೊಳ್ಳಲು ಬಿಡಲಿಲ್ಲ. ಆದರೆ ನಾವೇನು ಮಾಡುತ್ತಿದ್ದೇವೆ? ಸಾಧಿಸಲು ಎಲ್ಲ ಅವಕಾಶ ಇದ್ದರೂ ದೂರದ ಅಥವಾ ಇಲ್ಲದ ಕಾರಣವೊಂದನ್ನು ಸೋಲಿಗೆ ನೆಪವಾಗಿಸಲು ಮುಂಚೆಯೇ ಗಟ್ಟಿಯಾಗಿ ಹಿಡಿದಿಟ್ಟುಕೊಂಡಿರುತ್ತೇವೆ!

ಸೋಲು ಎಂದರೆ ವೈಫಲ್ಯವಲ್ಲ. ಆದರೆ ಸೋತು ಪ್ರಯತ್ನ ಕೈಬಿಡುವುದು ಮತ್ತು ಆಶಾವಾದವನ್ನು ಕಳೆದುಕೊಳ್ಳುವುದು ನಿಜವಾದ ವಿಫಲತೆ. ಖ್ಯಾತ ಪೋಲ್ ವಾಲ್ಟರ್ ಓಲಂಪಿಯನ್ ಬಾಬ್ ರಿಚರ್ಡ್ಸ್ ಹೇಳುತ್ತಾರೆ: "ಶ್ರೇಷ್ಠತೆಯೆನ್ನುವುದು ನಮ್ಮ ಸುತ್ತಮುತ್ತಲೂ ಇದೆ. ಓಲಂಪಿಕ್ ಚಾಂಪಿಯನ್ ಆಗಬಲ್ಲ ಆದರೆ ಪ್ರಯತ್ನ ಪಡದ ಎಷ್ಟೋ ಜನ ನಮ್ಮ ಜತೆಯೇ ಇದ್ದಾರೆ. ನನಗಿಂತ ಬಲಿಷ್ಠರಾದ, ಪ್ರತಿಭಾನ್ವಿತರಾದ ಎಷ್ಟೋ ಜನರು ನನ್ನನ್ನು ಸೋಲಿಸಬಹುದಿತ್ತು. ಅಂಥವರು ಐವತ್ತು ಲಕ್ಷ ಮಂದಿ ಇರಬಹುದು. ಆದರೆ ಅವರು ಯಾರೂ ಫೀಲ್ಡಿಗೆ ಇಳಿಯಲಿಲ್ಲ, ಪೋಲ್ ಅನ್ನು ಮುಟ್ಟಲೇ ಇಲ್ಲ. ಇಳಿದವರಲ್ಲಿ ಬಹುತೇಕರು ಆರಂಭದಲ್ಲಿಯೇ ಸುಸ್ತಾಗಿ ಮರಳಿಹೋದರು."

ಇದು ಪೋಲ್ ವಾಲ್ಟ್‌ಗೆ ಮಾತ್ರ ಸಂಬಂಧಿಸಿದ ಕತೆಯಲ್ಲ. ಬದುಕಿನ ಪ್ರತೀ ಯಶೋಗಾಥೆಗೂ ಸಂಬಂಧಿಸಿದ್ದು. ನಮಗೆ ಹೇಗೆ ಅನ್ವಯವಾಗುತ್ತದೆ ಎಂಬುದನ್ನು ಮಾತ್ರ ನಾವು ಹುಡುಕಿಕೊಳ್ಳಬೇಕಾಗಿದೆ. ಅಷ್ಟೇ.

ಊಟಕ್ಕಿಲ್ಲದೇ ನಾಯಿಯನ್ನೇ ಮಾರಿದಾತ ಹಾಲಿವುಡ್ಡನ್ನೇ ಆಳಿದ

■ ಸಿಲ್ವೆಸ್ಟರ್ ಗಾರ್ಡೆಂಜ್ಞಿಯೋ ಸ್ಟಲೋನ್! ಅಮೆರಿಕದ ಪ್ರಖ್ಯಾತ ನಟ, ಚಿತ್ರಕಥಾ ಬರಹಗಾರ, ನಿರ್ಮಾಪಕ, ನಿರ್ದೇಶಕ! ಈತನ ರಾಕಿ, ರ್‍ಯಾಂಬೋ ಸರಣಿಯ ಚಿತ್ರಗಳನ್ನು ನೋಡಿ ಮೆಚ್ಚಿಕೊಳ್ಳದ ಸಿನಿಮಾ ಪ್ರಿಯರೇ ಇರಲಿಕ್ಕಿಲ್ಲ. ಆದರೆ ಆತನ ಬದುಕಿನ ಪುಟಗಳನ್ನು ತಿರುವಿದಾಗ ನನಗನಿಸಿದ್ದು ತೆರೆಯ ಮೇಲಿನ ನಾಯಕನಿಗಿಂತ ಹೆಚ್ಚು ಸ್ಫೂರ್ತಿದಾಯಕವಾದದ್ದು ಆತನ ಬದುಕೇ! ಹೊಟ್ಟೆಗೆ ಊಟವಿಲ್ಲದೇ ತನ್ನ ನಾಯಿಯನ್ನೇ ಮಾರಿದ್ದ ವ್ಯಕ್ತಿಯೊಬ್ಬ ಈ ಪರಿಯ ಯಶಸ್ಸು ಗಳಿಸಿದ್ದು ಯಾವ ಸಿನಿಮಾ ಕಥೆಗೂ ಕಡಿಮೆಯೇನಲ್ಲ!

ಜನನದ ಸಂದರ್ಭದಲ್ಲಿ ಆದ ತೊಂದರೆಯಿಂದ ಆತನ ಮುಖದ ಕೆಲವು ಭಾಗಗಳು ಪಾರ್ಶ್ವವಾಯುವಿಗೆ ಒಳಗಾಗಿದ್ದವು, ಹಾಗಾಗಿ ಆತನ ಮುಖದ ಎಡಭಾಗ ಶಾಶ್ವತವಾಗಿ ಕೊಂಚ ವಿಕಾರಗೊಂಡಿತ್ತು. ಮಾತೂ ಸ್ವಲ್ಪ ತಡವರಿಸುತ್ತಿತ್ತು.

ತಂದೆ ಒಬ್ಬ ಕ್ಷೌರಿಕ, ತಾಯಿ ನೃತ್ಯಗಾತಿ. ಗಂಡಹೆಂಡತಿಗೆ ಯಾವಾಗಲೂ ಸರಿ ಬರುತ್ತಿರಲಿಲ್ಲ. ಜಗಳ ಕಿತ್ತಾಟ ಸಾಮಾನ್ಯವಾಗಿತ್ತು. ಕೊನೆಗೆ ಆತನ ತಂದೆತಾಯಿ ವಿಚ್ಛೇದನವನ್ನೂ ಪಡೆದರು. ಆಗ ಸ್ಟಲೋನ್‌ಗೆ ಕೇವಲ ಒಂಬತ್ತು ವರ್ಷ.

ಈ ಗಲಾಟೆಯಲ್ಲಿ ಸ್ಟಲೋನ್ ಶಾಲೆಯಲ್ಲಿ ಹಿಂದೆಬಿದ್ದ. ಮೂರು ಬಾರಿ ಶಾಲೆಯಿಂದ ಹೊರಹಾಕಲ್ಪಟ್ಟ. ನಾಟಕ ಅಧ್ಯಯನಕ್ಕಾಗಿ ಮಿಯಾಮಿ ವಿಶ್ವವಿದ್ಯಾಲಯವನ್ನು ಸೇರಿದರೂ ಅರ್ಧದಲ್ಲೇ ಬಿಟ್ಟು ಅಭಿನಯ ಕಲಿಯಲು ನ್ಯೂಯಾರ್ಕ್‌ಗೆ ಬಂದ. ತನ್ನ ಬದುಕಿನಲ್ಲಿ ಸಾಕಷ್ಟು ಹೋರಾಟ ನಡೆಸುತ್ತಿದ್ದ ಸ್ಟಲೋನ್ ನಟನಾಗುವ ಮಹದಾಸೆ ಹೊಂದಿದ್ದ. ಅಷ್ಟೇ ಅಲ್ಲ, ಬದುಕಿನ ಯುದ್ಧದಲ್ಲಿ ಹೋರಾಡುವವರನ್ನು ಹುರಿದುಂಬಿಸಬಯಸಿದ್ದ. ಆದರೆ ಅದಕ್ಕೂ ಮೊದಲು ಆತ ಬದುಕಿನ ಯುದ್ಧದಲ್ಲಿ ಗೆದ್ದು ತನ್ನನ್ನು ತಾನು ಜಗತ್ತಿನೆದುರು ಮಾತಾಡಲು ಯೋಗ್ಯತೆ ಗಳಿಸಿಕೊಳ್ಳಬೇಕಿತ್ತು. ಏನೂ ಅಲ್ಲದವನು ಮಾತಾಡಲು ಹೊರಟರೆ ಕೇಳಿಸಿಕೊಳ್ಳುವ ಕಿವಿಗಳು ಇರುವುದಿಲ್ಲವೆಂಬುದು ಅವನಿಗೆ ಚೆನ್ನಾಗಿ ಗೊತ್ತಿತ್ತು!

ನ್ಯೂಯಾರ್ಕ್‌ನಲ್ಲಿ ಎರಡು ತುತ್ತು ಅನ್ನ ಗಳಿಸಿಕೊಳ್ಳಲು ಸ್ಟಲೋನ್ ಲಭ್ಯವಿರುವ ಎಲ್ಲ ಕೆಲಸವನ್ನೂ ಮಾಡಿದ. ಪ್ರಾಣಿ ಸಂಗ್ರಹಾಲಯದಲ್ಲಿ ಪ್ರಾಣಿಗಳ ಮಲ ಮೂತ್ರ ಶುಚಿಗೊಳಿಸಿದ, ಸಿನಿಮಾ ಥಿಯೇಟರ್‌ನಲ್ಲೂ ಕೆಲಸ ಮಾಡಿದ. ಏಕೆಂದರೆ ಅಪಾರ್ಟ್‌ಮೆಂಟ್‌ನ ಬಾಡಿಗೆ ನೀಡಲು ಕೂಡ ಅವನ ಹತ್ತಿರ ಹಣವಿರಲಿಲ್ಲ. ದುರಂತವೆಂದರೆ ಇವೆಲ್ಲ ಕೆಲಸ ಮಾಡಿದರೂ ಹಣವಿಲ್ಲದೇ ಮನೆ ಖಾಲಿ ಮಾಡಬೇಕಾಯಿತು. ಬಸ್ ನಿಲ್ದಾಣದಲ್ಲಿ, ಫುಟ್‌ಪಾತ್ ಮೇಲೆ ಮಲಗಬೇಕಾಯಿತು. ಹೇಗಾದರೂ ಸರಿ, ಒಂದಿಷ್ಟು ಹಣ ಗಳಿಸಲು ಆತ ನೀಲಿ ಚಿತ್ರಗಳಲ್ಲೂ ಅಭಿನಯಿಸಬೇಕಾಯಿತು.

ಚಲನಚಿತ್ರಗಳಲ್ಲಿ ಅಭಿನಯಿಸಿಯೇ ತೀರಬೇಕೆಂಬ ಮಹದಾಸೆ ಹೊಂದಿದ್ದ ಸ್ಟಲೋನ್ ಅವಕಾಶಕ್ಕಾಗಿ ಸಿಕ್ಕ ಸಿಕ್ಕ ನಿರ್ದೇಶಕ ನಿರ್ಮಾಪಕ ನಟರ ಮನೆ ಬಾಗಿಲು ಬಡಿದ, ಕೈಕಾಲು ಹಿಡಿದ, ಸಿನಿಮಾ ಏಜೆಂಟರ ದುಂಬಾಲು ಬಿದ್ದ. ಇವನ ಕಾಟಕ್ಕೆ ರೋಸಿ ಹೋದ ಅವರು, 'ಈ ರೀತಿ ಮುಖ ಇಟ್ಟುಕೊಂಡು ಸಿನಿಮಾ ನಟನಾಗಬೇಕೆಂಬ ಕನಸು ಕಾಣುತ್ತೀಯಲ್ಲ ಮಾರಾಯ, ನಿನ್ನದು ಸ್ವಲ್ಪ ಅತಿಯಾಯಿತು, ಹೋಗು ಹೋಗು ಸಿನಿಮಾ ಹುಚ್ಚು ಬಿಟ್ಟು ಬೇರೆ ಕೆಲಸ ನೋಡು' ಎಂದು ಹೇಳಿಯೂ ಬಿಟ್ಟರು. ಸಿನಿಮಾದಲ್ಲಿ ನಿನಗೆ ಭವಿಷ್ಯವೇ ಇಲ್ಲವೆಂದು ಹೇಳಿದರೂ ಸ್ಟಲೋನ್ ಮಾತ್ರ ಆ ಏಜೆಂಟರ ಆಫೀಸಿನ ಮೆಟ್ಟಿಲು ಸವೆಸುವುದನ್ನು ಬಿಡಲಿಲ್ಲ. ತನಗೆ ಒಂದಾದರೂ ಪಾತ್ರ ಕೊಡಿ ಎಂದು ಒಂದಲ್ಲ ಎರಡಲ್ಲ ಹತ್ತು ಹತ್ತು ಬಾರಿ ಕೇಳುತ್ತಲೇ ಇದ್ದ. ಹೀಗೆ ಸುಮಾರು ಒಂದೂವರೆ

ಸಾವಿರ ಸಲ ಸ್ಟಲೋನ್ ಏಜೆಂಟರ ಕಛೇರಿಯಿಂದ ಹೊರಹಾಕಲ್ಪಟ್ಟರೆಂದು ಹೇಳಲಾಗುತ್ತದೆ. ಅಂತೂ ಒಂದು ದಿನ ರಾತ್ರಿಯಿಡೀ ಒಬ್ಬ ಏಜೆಂಟನ ಕಛೇರಿಯೆದುರು ಕಾದು ಕೂತು ಸಣ್ಣ ಪುಟ್ಟ ಪಾತ್ರಗಳನ್ನು ಪಡೆಯುವಲ್ಲಿ ಯಶಸ್ವಿಯಾದ.

ಆದರೆ ಆ ಪಾತ್ರಗಳಿಂದ ದೊಡ್ಡ ಪಾತ್ರಗಳೆಡೆ ಜಿಗಿಯುವ ಆತನ ಕನಸು ನನಸಾಗಲಿಲ್ಲ. ಬದುಕು ಆರಕ್ಕೇರದೇ ಮೂರಕ್ಕಿಳಿಯದೇ ನೀರಸವಾಗಿ ಸಾಗುತ್ತಿತ್ತು. ಅದು ಔನ್ನತ್ಯದೆಡೆಗೆ ಸಾಗುವ ಯಾವ ಸೂಚನೆಯೂ ಇರಲಿಲ್ಲ. ಅಷ್ಟರಲ್ಲಿ ಸಶಾ ಸುರ್ಝುಕ್ ಎಂಬಾಕೆಯೊಂದಿಗೆ ಆತನ ವಿವಾಹವೂ ಆಗಿತ್ತು. ಯಾವ ಮೂಲ ಸೌಕರ್ಯವೂ ಇಲ್ಲದ ಸಣ್ಣ ಅಪಾರ್ಟ್‌ಮೆಂಟ್ ಮನೆಯೊಂದಕ್ಕೆ ಆತ ವಾಸ್ತವ್ಯ ಬದಲಿಸಿದ್ದ. ಆ ಮನೆಯಲ್ಲಿ ಹೀಟರ್ ಇಲ್ಲದ ಕಾರಣ ಚಳಿಯಿಂದ ತಪ್ಪಿಸಿಕೊಳ್ಳಲು ಆತ ನ್ಯೂಯಾರ್ಕ್‌ನ ಸಾರ್ವಜನಿಕ ಗ್ರಂಥಾಲಯದಲ್ಲಿ ತನ್ನ ಬಿಡುವಿನ ಸಮಯವನ್ನು ಕಳೆಯುತ್ತಿದ್ದ. ಅಲ್ಲಿ ಅಮೆರಿಕದ ಖ್ಯಾತ ಕವಿ ಎಡ್ಗರ್ ಅಲೆನ್ ಪೋ ಬರೆದ ಕವಿತೆಗಳನ್ನು ಓದುತ್ತಿದ್ದಾಗ ತಾನೂ ಬರೆಯಬಹುದೆಂದು ಸ್ಟಲೋನ್ ಅಂದುಕೊಂಡ. ಸೋಲಿನ ಕೂಪದಲ್ಲಿ ಬಿದ್ದ ವ್ಯಕ್ತಿ ಅಸಾಮಾನ್ಯ ಸಾಧನೆ ಮಾಡಿ ಗೆಲುವಿನೆಡೆಗೆ ಸಾಗುವ ಪಾತ್ರಗಳನ್ನೊಳಗೊಂಡ ಕಥೆಗಳನ್ನು ಆತ ಬರೆಯುತ್ತಿದ್ದ. ಆ ಕಥೆಗಳನ್ನು ಬರೆಯುವಾಗ ನೆಲಕಚ್ಚಿರುವ ತನ್ನ ಬದುಕಿನಿಂದ ತಾನೂ ಹಾಗೆಯೇ ಹೊರಬಂದು ಆಕಾಶದೆತ್ತರ ಬೆಳೆಯಬಹುದೆಂಬ ಉತ್ಕಟ ಬಯಕೆ ಆತನಲ್ಲಿ ಗುಪ್ತಗಾಮಿನಿಯಾಗಿ ಹರಿಯುತ್ತಿತ್ತು.

ಹಲವಾರು ಚಿತ್ರಕಥೆಗಳನ್ನೇನೋ ಬರೆದ. ಆದರೆ ಕೊಳ್ಳುವವರು? ತನ್ನ ಮೊದಲ ಚಿತ್ರಕಥೆಯನ್ನು ಆತ ಕೇವಲ ನೂರು ಡಾಲರ್‌ಗಳಿಗೆ ಮಾರಬೇಕಾಯಿತು. ಹೊಟ್ಟೆಗೆ ತಿನ್ನಲು ಕೂಳಿಲ್ಲದ ದುರ್ಭರ ಪರಿಸ್ಥಿಯೂ ಸ್ಟಲೋನ್ ಬದುಕಿನಲ್ಲಿ ಬಂದಿತ್ತು. ಆತನ ಜತೆ ಆತನ ಪ್ರೀತಿಯ ನಾಯಿಯೂ ಉಪವಾಸ ಸಾಯುವ ಪರಿಸ್ಥಿತಿ. ಅದನ್ನು ಸಹಿಸದೇ ಸ್ಟಲೋನ್ ತನ್ನ ನಾಯಿಯನ್ನು ಮದ್ಯದಂಗಡಿಯ ಮುಂದೆ ಸಿಕ್ಕ ಒಬ್ಬ ವ್ಯಕ್ತಿಗೆ ತನ್ನ ನಾಯಿಯನ್ನು ಇಪ್ಪತ್ತೈದು ಡಾಲರ್‌ಗಳಿಗೆ ಮಾರಿಬಿಟ್ಟ! ತನ್ನ ಮುದ್ದಿನ ಪ್ರಾಣಿಯನ್ನು ಸಾಕಲಾಗದೇ ಬೇರೆಯವರಿಗೆ ಮಾರಿ ವಾಪಾಸು ಬರುತ್ತಿದ್ದ ಸ್ಟಲೋನ್‌ನ ಮನಸ್ಥಿತಿ ಹೇಗಿದ್ದಿರಬಹುದು? ಕಣ್ಣೀರು ಹರಿಸುತ್ತಿದ್ದ ಆತ ಅವತ್ತು ರಾತ್ರಿ ಕಣ್ಣೆವೆ ಮುಚ್ಚಲಿಲ್ಲ.

ಅದಾದ ಕೆಲವು ದಿನಗಳ ನಂತರ ಸ್ಟಲೋನ್ ಟಿವಿಯಲ್ಲಿ ಮಹಮ್ಮದ್ ಅಲಿ ಮತ್ತು ಚಕ್ ವೆಪ್ನರ್ ನಡುವಿನ ಬಾಕ್ಸಿಂಗ್ ನೋಡುತ್ತಿದ್ದ. ಹೊಸಬನಾದ ವೆಪ್ನರ್ ಅಲಿಯ ಸರಿಸಮನಾಗಿ ಹೋರಾಡಿದ್ದು ಸ್ಟಲೋನ್‌ನನ್ನು

ಅಚ್ಚರಿಗೊಳಿಸಿತು. ಹೊಸ ಸ್ಫೂರ್ತಿಯೊಂದು ಆತನೊಳಗೆ ಉದಯಿಸಿತು. ಪಂದ್ಯ ಮುಗಿದದ್ದೇ ಆತ ಬರೆಯಲು ಶುರು ಮಾಡಿದ. ಸತತ ಇಪ್ಪತ್ತು ಗಂಟೆಗಳ ಕಾಲ ಬರೆದು ಆತ ಎದ್ದಾಗ ಸಂಕಷ್ಟದ ಬದುಕಿನಿಂದ ಯಶಸ್ಸಿನ ತುತ್ತತುದಿ ತಲುಪಿದ ರಾಕಿ ಬಲ್ಬೋವಾ ಎಂಬ ಸಾಮಾನ್ಯ ಬಾಕ್ಸರ್ ವಿಶ್ವ ಚಾಂಪಿಯನ್ ಆಗುವ ಚಿತ್ರಕಥೆ ತಯಾರಾಗಿತ್ತು!!

ಕಥೆಯೇನೋ ತಯಾರಾಗಿತ್ತು! ಅದನ್ನು ಖರೀದಿಸುವವರಿಗಾಗಿ ದಲ್ಲಾಳಿಗಳ ಬೆನ್ನು ಬಿದ್ದಾಯಿತು. ಆದರೆ ಅದನ್ನು ತಿರಸ್ಕರಿಸಿದವರೇ ಹೆಚ್ಚು. ಇದನ್ನೇನು, ಯಾರೂ ಬೇಕಾದರೂ ಕಥೆ ಹೀಗೇ ಎಂದು ಹೇಳಿಬಿಡಬಹುದು ಎಂಬ ಟೀಕೆಗಳು ಬಂದವು. ಒಂದು ದಿನ ನಿರ್ಮಾಪಕರಿಬ್ಬರನ್ನು ಭೇಟಿಯಾಗಿ ಹಿಂದಿರುಗುವ ಸಮಯದಲ್ಲಿ ಸ್ಟಲೋನ್ ತಾನೊಬ್ಬ ಬರಹಗಾರನೆಂದೂ, ತನ್ನ ಹತ್ತಿರ ಚಿತ್ರಕಥೆಯೊಂದು ತಯಾರಿದೆಯೆಂದೂ ಹೇಳಿದ. ಚಿತ್ರಕಥೆಯನ್ನು ಓದಿದ ಅವರು 3,60,000 ಡಾಲರ್‌ಗಳ ಬೃಹತ್ ಮೊತ್ತವನ್ನು ಅದಕ್ಕೆ ಕೊಡಲು ತಯಾರಾದರು! ಆದರೆ ನಾಯಕ ರಾಕಿಯ ಪಾತ್ರಕ್ಕೆ ತನ್ನನ್ನೇ ಹಾಕಿಕೊಳ್ಳಬೇಕೆಂಬ ಸ್ಟಲೋನ್‌ನ ಶರತ್ತನ್ನು ಅವರು ಒಪ್ಪಲಿಲ್ಲ. ಸಂಕಷ್ಟದಲ್ಲಿ ಮುಳುಗೇಳುತ್ತಿದ್ದ ಸ್ಟಲೋನ್ ಜಾಗದಲ್ಲಿ ಬೇರೆ ಯಾರೇ ಇದ್ದರೂ ಇದಕ್ಕೆ ಒಪ್ಪಿಕೊಂಡು ಹಣ ಪಡೆಯುತ್ತಿದ್ದರೇನೋ! ಈಗ್ಗೆ ನಲವತ್ತು ವರ್ಷಗಳ ಹಿಂದೆ ಈ ಮೊತ್ತ ಅಪಾರವಾದುದಾಗಿತ್ತು! ಆದರೆ ನಾಯಕನಾಗಲೇಬೇಕೆಂಬ ಆಸೆ ಹೊತ್ತು ಸ್ಟಲೋನ್ ರಚಿಸಿದ ಸ್ಕ್ರಿಪ್ಟ್ ಅದಾಗಿತ್ತು! ರಾಕಿ ಎಂದರೆ ತಾನೇ ಎಂದು ಆತ ಅಂದುಕೊಂಡಿದ್ದ. ಅಂತೂ ಇನ್ನೊಬ್ಬ ನಿರ್ಮಾಪಕ ಸ್ಟಲೋನ್‌ನನ್ನು ನಾಯಕನನ್ನಾಗಿ ಒಪ್ಪಿಕೊಂಡು ಚಿತ್ರಕಥೆಗೆ 35,000 ಡಾಲರ್ ಕೊಡಲು ಒಪ್ಪಿಕೊಂಡ! ಸಂತಸದಿಂದ ಒಪ್ಪಿಕೊಂಡ ಸ್ಟಲೋನ್ ಹಣ ಪಡೆದ ಕೂಡಲೇ ಮಾಡಿದ ಮೊದಲ ಕೆಲಸವೇನು ಗೊತ್ತೇ? ತನ್ನ ನಾಯಿಯನ್ನು ಕೊಂಡವನನ್ನು ಹುಡುಕಿದ್ದು! ಸಿಕ್ಕ ಮೂವತ್ತೈದು ಸಾವಿರ ಡಾಲರ್ ಹಣದಲ್ಲಿ ಹದಿನೈದು ಸಾವಿರ ಡಾಲರ್ ಕೊಟ್ಟು ತನ್ನ ನಾಯಿಯನ್ನು ವಾಪಾಸ್ ಕೊಂಡುಕೊಂಡ ಸ್ಟಲೋನ್ ಮುಖದಲ್ಲಿ ಗೆಲುವಿನ ನಗುವಿತ್ತು! ಹೌದು, ಅದು ಅವನ ಜೀವನದ ಅತ್ಯಂತ ಖುಷಿಯ ದಿನವಾಗಿತ್ತು!

1976ರಲ್ಲಿ ರಾಕಿ ಚಿತ್ರ ಬಿಡುಗಡೆಯಾಯಿತು. ದೇಶದಾದ್ಯಂತ ಜನ ಹುಚ್ಚೆದ್ದು ನೋಡಿದರು. ಸಿಲ್ವೆಸ್ಟರ್ ಸ್ಟಲೋನ್ ಎಂಬ ತಾರೆಯ ಉದಯವಾಗಿತ್ತು. ಹಲವಾರು ಪ್ರಶಸ್ತಿಗಳನ್ನು ಪಡೆದ ಈ ಚಿತ್ರ ಸ್ಟಲೋನ್‌ನ ಕನಸನ್ನು ನನಸಾಗಿಸಿತ್ತು ಮತ್ತು ಗೆಲುವಿನ ಅದಮ್ಯ ಹಂಬಲ ಮನುಷ್ಯನನ್ನು ಕೊಂಡೊಯ್ಯಬಹುದಾದ ಎತ್ತರಕ್ಕೆ ಉದಾಹರಣೆಯಾಗಿತ್ತು.

ಸೋತವನು ಬಿದ್ದವನಲ್ಲ, ಬಿದ್ದ ಮೇಲೆ ಏಳಲು ನಿರಾಕರಿಸುವವನು ಎಂಬುದು ಚಿತ್ರದ ಪಾತ್ರ ಹೇಳುವ ಸಂಭಾಷಣೆ ಮಾತ್ರವಲ್ಲ, ಬದುಕಿನ ಸತ್ಯವೂ ಹೌದು ಎಂದಾತ ಸಾಬೀತುಪಡಿಸಿದ. ಸಣ್ಣಪುಟ್ಟ ಸೋಲುಗಳಿಗೆ ಕಂಗೆಟ್ಟು ಹತಾಶೆಯ ಕೂಪದಲ್ಲಿ ಮುಳುಗುವವರಿಗೆ ಸ್ಟಲೋನ್‌ನ ಬದುಕು ಪಾಠವಾಗಲಿ.

ಮಿಂಚಿ ಹೋದ ಮಾತಿಗೆ ಚಿಂತಿಸಿ ಫಲವಿಲ್ಲ

■ **ಸ್ಥಳ:** ಬೋಸ್ಟನ್. **ಸಮಯ:** 1885ರ ಒಂದು ದಿನ. ಓರ್ವ ವಯಸ್ಸಾದ ಮಹಿಳೆ ಮತ್ತು ಆಕೆಯ ಪತಿ ಇಬ್ಬರೂ ರೈಲುನಿಲ್ದಾಣದಲ್ಲಿಳಿದು ಹಾರ್ವರ್ಡ್ ವಿಶ್ವವಿದ್ಯಾಲಯದ ಕಡೆ ಸೋತ ಹೆಜ್ಜೆ ಹಾಕುತ್ತಿದ್ದರು. ಹಾರ್ವರ್ಡ್ ಯೂನಿವರ್ಸಿಟಿಯ ಚೇರ್‌ಮನ್ನರನ್ನು ಅವರು ಭೇಟಿಯಾಗಬೇಕಿತ್ತು, ಆದರೆ ಅಷ್ಟು ದೊಡ್ಡ ವಿಶ್ವವಿದ್ಯಾಲಯದ ಮುಖ್ಯಸ್ಥನನ್ನು ಭೇಟಿಯಾಗಲು ಅವರು ಮೊದಲೇ ಅನುಮತಿ ಪಡೆದಿರಲಿಲ್ಲ... ಆದರೂ ಅವರು ವಿಶ್ವವಿದ್ಯಾಲಯದ ಆವರಣದ ಕಛೇರಿಯನ್ನು ಪ್ರವೇಶಿಸಿದರು. ಅಲ್ಲಿ ಹಾಜರಿದ್ದ ಕಾರ್ಯದರ್ಶಿ ಬಲು ಚತುರೆ. ಕ್ಷಣಾರ್ಧದಲ್ಲಿ ಇಂತಹ ಬಡ ಗತಿಗೆಟ್ಟ ವ್ಯಕ್ತಿಗಳನ್ನು ಗುರ್ತಿಸುವ ಸಾಮರ್ಥ್ಯ ಹೊಂದಿದ್ದಳು. ಇಂತಹ ದರಿದ್ರಜೀವಿಗಳಿಗೆ ವಿಶ್ವವಿದ್ಯಾಲಯದ ಆವರಣದಲ್ಲಿ ಕಾಲಿಡುವ ಯೋಗ್ಯತೆ ಕೂಡ ಇಲ್ಲ ಎಂದು ನಂಬಿದವಳಾಗಿದ್ದಳು. ನಾವು ಅಧ್ಯಕ್ಷರನ್ನು ನೋಡಬೇಕು ಎಂದ ಆ ವೃದ್ಧ

ಮೆಲುದನಿಯಲ್ಲಿ. 'ಅಯ್ಯೋ ಅವರೆಲ್ಲಿ ಬಿಡುವಾಗಿರ್ತಾರೆ, ಇಡೀ ದಿನ ಬ್ಯುಸಿ ಅವರು' ಎಂದಳಾಕೆ. 'ಪರವಾಗಿಲ್ಲ ನಾವು ಕಾಯುತ್ತೇವೆ' ಎಂದಳು ಆ ಮಹಿಳೆ. ಗಂಟೆಗಳು ಉರುಳುತ್ತ ಹೋದವು. ಕೊನೆಗೆ ಬೇಸರವಾಗಿ ಅವರೇ ಹೊರಟು ಹೋಗುತ್ತಾರೆಂದು ಕಾರ್ಯದರ್ಶಿಯೂ ಸುಮ್ಮನೆ ಇದ್ದಳು. ಇವರ ಜತೆ ಮಾತನಾಡಿಸಿ ಅಧ್ಯಕ್ಷರ ಅಮೂಲ್ಯ ಸಮಯವನ್ನು ಹಾಳು ಮಾಡಲು ಕಾರ್ಯದರ್ಶಿಗೆ ಮನಸ್ಸೇ ಇರಲಿಲ್ಲ. ಇವರೂ ಹೋಗುವ ಲಕ್ಷಣ ಕಾಣಲಿಲ್ಲ. ಅಂತೂ ಕೊನೆಗೆ ಅಧ್ಯಕ್ಷರ ಜತೆ ಐದು ನಿಮಿಷ ಮಾತಾಡಿಸಿ ಕಳಿಸುವುದೇ ವಾಸಿ ಎಂದು ಸೆಕ್ರೆಟರಿ ಅಧ್ಯಕ್ಷರ ಹತ್ತಿರ ಹೋಗಿ 'ಆವಾಗಿಂದ ತಲೆ ತಿಂತಾ ಇದಾರೆ, ಒಂದೈದು ನಿಮಿಷ ಮಾತನಾಡಿಸಿ ಕಳುಹಿಸಿಬಿಡಿ, ಹೋಗ್ತಾರೆ ಸುಮ್ಮನೆ' ಎನ್ನುತ್ತಾಳೆ. ಅಸಹನೆಯಿಂದ ತಲೆಯಾಡಿಸಿದ ಆತ ಮನಸ್ಸಿಲ್ಲದ ಮನಸ್ಸಿನಿಂದ ಒಪ್ಪಿದ. ತನ್ನಂತಹ ದೊಡ್ಡ ಮನುಷ್ಯ ಅಂತಹ ವ್ಯಕ್ತಿಗಳೊಂದಿಗೆ ಮಾತನಾಡಬಾರದು ಎಂದು ಆತ ಅಂದುಕೊಂಡರೂ ಈ ಮಾಸಿದ ಬಟ್ಟೆಯ ಕೆಳವರ್ಗದ ಜನರನ್ನು ವಿಶ್ವವಿದ್ಯಾಲಯದ ಆವರಣದಲ್ಲಿ ಇಟ್ಟುಕೊಳ್ಳುವುದಕ್ಕಿಂತ ಅವರನ್ನು ಮಾತಾಡಿಸಿ ಕಳಿಸಬಿಡಬೇಕೆಂದು ಯೋಚಿಸಿ ಒಳಬರಹೇಳಿದ. ದಂಪತಿಗಳಿಬ್ಬರೂ ಒಳಗೆ ಬಂದರು. ಪತ್ನಿ ಹೇಳಿದಳು; "ನಮಗೆ ಒಬ್ಬನೇ ಮಗ. ಆತ ಒಂದು ವರ್ಷ ನಿಮ್ಮ ವಿಶ್ವವಿದ್ಯಾಲಯದಲ್ಲಿ ಓದಿದ್ದ. ಹಾರ್ವರ್ಡ್ ಎಂದರೆ ಆತನಿಗೆ ತುಂಬಾ ಇಷ್ಟ. ಆದರೆ ಕಳೆದ ವರ್ಷ ಆತ ಆಕಸ್ಮಿಕವಾಗಿ ತೀರಿಕೊಂಡ. ಹಾಗಾಗಿ ಅವನ ನೆನಪಲ್ಲಿ ಈ ಕ್ಯಾಂಪಸ್‌ನಲ್ಲಿ ಏನಾದರೂ ಸ್ಮಾರಕ ನಿರ್ಮಿಸಬೇಕೆಂಬುದು ನಮ್ಮ ಬಯಕೆ." ಅಧ್ಯಕ್ಷನ ಮುಖದ ಮೇಲೆ ಬೇಸರದ ಛಾಯೆಯೂ ಕಾಣಿಸಲಿಲ್ಲ. ಬದಲಾಗಿ ಅಸಹನೆ ಮತ್ತಷ್ಟು ಹೆಚ್ಚಾಯಿತು. ಆತ ಒರಟಾಗಿ ಹೇಳಿದ, 'ಮೇಡಂ, ಹಾರ್ವರ್ಡ್‌ನಲ್ಲಿ ಓದಿ ಸತ್ತವರಿಗೆಲ್ಲ ಇಲ್ಲಿ ಸ್ಮಾರಕ ನಿರ್ಮಿಸುತ್ತ ಕುಳಿತರೆ ಇದು ವಿಶ್ವವಿದ್ಯಾಲಯವಾಗಿರುವುದಿಲ್ಲ, ಬದಲಾಗಿ ಸ್ಮಶಾನವಾಗುತ್ತದೆ.' "ಅಯ್ಯೋ ಅದು ಹಾಗಲ್ಲ, ನಾವು ಆತನ ಮೂರ್ತಿ ನಿರ್ಮಿಸಬೇಕೆಂದು ಹೇಳುತ್ತಿಲ್ಲ, ಹಾರ್ವರ್ಡ್‌ಗೆ ಒಂದು ಕಟ್ಟಡ ನಿರ್ಮಿಸಿಕೊಡೋಣ ಎಂದು ಯೋಚಿಸುತ್ತಿದ್ದೇವೆ" ಒಂದು ಕ್ಷಣ ಅಧ್ಯಕ್ಷನಿಗೆ ಏನು ಹೇಳಲೂ ತೋಚಲಿಲ್ಲ, ಎಂತಹ ಮೂರ್ಖರಿವರು, ತಾವೆಲ್ಲಿ ಕುಳಿತಿದ್ದೇವೆ, ಯಾರ ಹತ್ತಿರ ಏನು ಮಾತಾಡುತ್ತಿದ್ದೇವೆ ಎಂಬುದರ ಅರಿವೇ ಈ ಬಡಪಾಯಿಗಳಿಗಿಲ್ಲವಲ್ಲ ಎಂದಾತ ಯೋಚಿಸಿದ. ಅವರ ಇಸ್ತ್ರಿ ಇಲ್ಲದ ಸುಕ್ಕಾದ ಬಟ್ಟೆಯನ್ನೇ ದಿಟ್ಟಿಸುತ್ತ ಹೇಳಿದ, "ಕಟ್ಟಡವಾ? ಹುಂ, ಒಂದು ಕಟ್ಟಡಕ್ಕೆ ಎಷ್ಟು ಖರ್ಚಾಗುತ್ತದೆ ಎಂಬುದರ ಅರಿವಾದರೂ ನಿಮಗಿದೆಯೇ? ಈ ವಿಶ್ವವಿದ್ಯಾಲಯದ ಎಲ್ಲ ಕಟ್ಟಡಗಳೂ ಏಳೂವರೆ ಮಿಲಿಯನ್ ಡಾಲರ್ ಬೆಲೆ ಬಾಳುತ್ತವೆ ಎಂದು ಗೊತ್ತಿದೆಯೇ?" ಒಂದು ಕ್ಷಣ ಆಕೆ ಮೌನವಾದಳು.

ಅಧ್ಯಕ್ಷನಿಗೆ ಒಳಗೊಳಗೇ ಖುಷಿಯಾಯಿತು, ಸದ್ಯ, ಈಗಲಾದರೂ ಇವರು ತೊಲಗಬಹುದಲ್ಲ ಎಂದುಕೊಂಡ ಆತ. ಆ ಮಹಿಳೆ ಹಗೂರಕ್ಕೆ ತನ್ನ ಗಂಡನ ಕಡೆ ತಿರುಗಿ ನಿಧಾನವಾಗಿ ಹೇಳಿದಳು, "ಒಂದು ವಿಶ್ವವಿದ್ಯಾಲಯ ಆರಂಭಿಸಲು ಬರೀ ಏಳೂವರೆ ಮಿಲಿಯನ್ ಡಾಲರ್ ಸಾಕೇ? ಹಾಗಾದರೆ ನಾವು ಒಂದು ನಮ್ಮದೇ ವಿಶ್ವವಿದ್ಯಾಲಯವನ್ನೇ ಏಕೆ ಸ್ಥಾಪಿಸಬಾರದು?" ಗಂಡ ಒಪ್ಪಿಗೆ ಸೂಚಿಸಿ ತಲೆಯಲ್ಲಾಡಿಸಿದ. ಅಧ್ಯಕ್ಷನ ಮುಖ ಆಶ್ಚರ್ಯ ಮತ್ತು ಗೊಂದಲದಿಂದ ಬಣ್ಣ ಕಳೆದುಕೊಂಡಿತು. ಅವನು ನೋಡುತ್ತಿದ್ದಂತೆಯೇ ಶ್ರೀ ಮತ್ತು ಶ್ರೀಮತಿ ಲೇಲ್ಯಾಂಡ್ ಸ್ಟ್ಯಾನ್‌ಫೋರ್ಡ್ ನಿಧಾನವಾಗಿ ಕಛೇರಿಯಿಂದ ಹೊರಬಂದು ಕ್ಯಾಲಿಫೋರ್ನಿಯಾದ ಪಾಲೋ ಆಲ್ಟೋಗೆ ತೆರಳಿದರು. ಅಲ್ಲಿ ಅವರು 1884ರಲ್ಲಿ ವಿಷಮಶೀತಜ್ವರಕ್ಕೆ ಬಲಿಯಾದ ತಮ್ಮ ಮಗನ ನೆನಪಿಗೆ ಸ್ಟ್ಯಾನ್‌ಫೋರ್ಡ್ ವಿಶ್ವವಿದ್ಯಾಲಯವನ್ನು ಸ್ಥಾಪಿಸಿದರು.

ನಿಜ, ಒಂದು ಪುಸ್ತಕವನ್ನು ಅದರ ಮುಖಪುಟಕ್ಕೆ ಉಪಯೋಗಿಸಿದ ಕಾಗದದ ಮೇಲಿಂದ ಅಳೆಯಲಾಗುವುದಿಲ್ಲ. ಆದರೂ ಮುಖ ನೋಡಿ ಮಣೆ ಹಾಕುವ ಸಂಪ್ರದಾಯ ಬಹಳ ಹಿಂದಿನಿಂದಲೂ ನಡೆದುಕೊಂಡು ಬಂದಿರುವಂತದ್ದು. ವ್ಯಕ್ತಿಯ ಬಾಹ್ಯ ರೂಪಕ್ಕೇ ಬೆಲೆ ಕೊಡುವುದು, ಹಾಕುವ ಬಟ್ಟೆ, ಮಾಡುವ ಅಲಂಕಾರಗಳಿಂದ ಜನರಿಗೆ ಗೌರವ ಕೊಡುವುದು ಇತ್ಯಾದಿ ಅತೀ ಸಾಮಾನ್ಯ. ಸರಳವಾಗಿ ಡ್ರೆಸ್ ಮಾಡುವ ವೈದ್ಯರನ್ನು ನೋಡಿ ಅಯ್ಯೋ ಅವರು ಡಾಕ್ಟರ್ ಎಂದೇ ಅನ್ನಿಸುವುದಿಲ್ಲ ಎಂದು ಹೇಳುವುದನ್ನು ಅದೆಷ್ಟು ಬಾರಿ ಕೇಳಿಲ್ಲ ಅಥವಾ ಈ ಮಾತುಗಳನ್ನು ನಾವೆಷ್ಟು ಬಾರಿ ಹೇಳಿಲ್ಲ?

ವಾಟ್ಸಾಪ್‌ನಲ್ಲಿ ಯಾರೋ ಕಳುಹಿಸಿದ ಮೇಲಿನ ಈ ಕಥೆ ಸತ್ಯವೋ ಸುಳ್ಳೋ ಎಂಬುದರ ಬಗ್ಗೆ ಚರ್ಚೆಗಳಿವೆ. ಅದೇನೇ ಇರಲಿ, ಕಥೆಯ ಒಂದು ನೀತಿಯಂತೂ ನಮಗೆ ಗೊತ್ತಾಯಿತು, ಮೇಲ್ನೋಟಕ್ಕೆ ಯಾರನ್ನೂ ಅಳೆಯಬಾರದು ಎಂಬ ಪಾಠ ಅದು. ಸ್ವಲ್ಪ ಸಂಯಮದಿಂದ ಮಾತಾಡಿದ್ದರೆ ಮಿಲಿಯಗಟ್ಟಲೆ ಡಾಲರ್ ಅನ್ನು ದಾನವಾಗಿ ಪಡೆಯಬಹುದಾಗಿದ್ದ ಅವಕಾಶವನ್ನು ಅಧ್ಯಕ್ಷ ಹಾಳುಮಾಡಿಕೊಂಡುಬಿಟ್ಟ! ನಾವು ಕೂಡ ಅಷ್ಟೆ, ಪರಿಶ್ರಮದ ರೂಪದಲ್ಲಿ ಅನಾಕರ್ಷಕವಾಗಿ ಬರುವ ಅವಕಾಶಗಳನ್ನು, ಅವು ನಮಗೆ ತಂದುಕೊಡಬಹುದಾದ ವಿವಿಧ ಲಾಭಗಳನ್ನು ಗುರುತಿಸದೇ ನಿರ್ಲಕ್ಷಿಸುತ್ತೇವೆ. ಆಮೇಲೆ ಪಶ್ಚಾತ್ತಾಪ ಪಡುತ್ತೇವೆ.

ಈ ಕಥೆಯಲ್ಲಿ ಇನ್ನೂ ಒಂದು ಗಮನಿಸಬೇಕಾದ ನೀತಿ ಇದೆ. ಅದು ಮಾನವೀಯತೆಯ ನೀತಿ. ಎದುರಿಗಿರುವವರು ಯಾರೇ ಆಗಲಿ, ಅವರಿಗೆ ಒಬ್ಬ ಮನುಷ್ಯ ಮತ್ತೊಬ್ಬ ಮನುಷ್ಯನಿಗೆ ನೀಡಬೇಕಾದ ಗೌರವವನ್ನು ನೀಡಲೇಬೇಕು. ಹಳೆಯ ಬಟ್ಟೆಯಲ್ಲಿ ಬಂದ ದಂಪತಿಗಳು ಶ್ರೀಮಂತರಾಗಿದ್ದರು

ಎಂದು ಮಾತ್ರ ಆ ಅಧ್ಯಕ್ಷ ಪಶ್ಚಾತ್ತಾಪ ಪಡುವುದಲ್ಲ, ನಮ್ಮ ವಿಶ್ವವಿದ್ಯಾಲಯಕ್ಕೆ ಬಂದ ವ್ಯಕ್ತಿಗಳನ್ನು ನಾನು ಸರಿಯಾಗಿ ನಡೆಸಿಕೊಳ್ಳಲಿಲ್ಲವಲ್ಲಾ ಎಂದು ಕೂಡ ಬೇಸರಿಸಿಕೊಳ್ಳಬೇಕು. ಎಲ್ಲರೂ ಶ್ರೀಮಂತರಾಗಿರುವುದಿಲ್ಲ, ಎಲ್ಲರೂ ಬುದ್ಧಿವಂತರಾಗಿರುವುದಿಲ್ಲ, ಆದರೆ ಎಲ್ಲರೂ ಮನುಷ್ಯರೇ, ಹಾಗೂ ಪ್ರತಿಯೊಬ್ಬರೂ ಗೌರವಕ್ಕೆ ಅರ್ಹರು ಎಂಬ ಸರಳ ಸತ್ಯ ನೆನಪಿದ್ದರೆ ಸಾಕು. ನಮ್ಮನ್ನು ಬೇರೆಯವರು ಹೇಗೆ ನಡೆಸಿಕೊಳ್ಳಬೇಕೆಂದು ಬಯಸುತ್ತೇವೆಯೋ ಹಾಗೆಯೇ ನಾವು ಬೇರೆಯವರನ್ನು ನಡೆಸಿಕೊಂಡರೆ ಮುಗಿಯಿತು!! ನಮಗೆ ಒಬ್ಬ ವ್ಯಕ್ತಿ ಯಾವ ಸಹಾಯವನ್ನೂ ತಿರುಗಿ ಮಾಡಲು ಸಾಧ್ಯವಿಲ್ಲ ಎಂದು ಗೊತ್ತಿದ್ದರೂ ಅಂತಹವರಿಗೆ ನಾವು ಮಾಡುವ ಸಹಾಯ ಅತ್ಯುತ್ತಮವಾದದ್ದು, ಸ್ವಾರ್ಥರಹಿತವಾದದ್ದು. ಇದು ಹೀಗೆಯೇ ಸಾಗಬೇಕು. ನಾವು ಖುಶಿಯಿಂದ ತಿನ್ನುವ ಹಣ್ಣುಗಳು ಕುಡಿಯುವ ಎಳನೀರು ಇವೆಲ್ಲವನ್ನೂ ನೆಟ್ಟಿದ್ದು ಯಾರೋ, ಫಲವುಣ್ಣುತ್ತಿರುವುದು ಯಾರೋ. ಮನುಷ್ಯ ಪ್ರೀತಿ, ಸಹಾನುಭೂತಿ, ಸಹಾಯ, ದಾನ, ಒಳ್ಳೆಯತನ ಇವೆಲ್ಲ ಪ್ರತಿಫಲಾಪೇಕ್ಷೆ ಇಲ್ಲದೇ ನಿರಂತರವಾಗಿ ಸಾಗುತ್ತಿರಬೇಕು. ಪಂಪನ 'ವಿಕ್ರಮಾರ್ಜುನ ವಿಜಯ'ದಲ್ಲಿ ಭೀಷ್ಮ ಕರ್ಣನಿಗೆ ಹೇಳಿದ್ದ, ಈ ಕುರುಕ್ಷೇತ್ರ ಯುದ್ಧದಲ್ಲಿ ನಿನ್ನ ಸರದಿಯೂ ಬರುತ್ತದೆ ಕರ್ಣಾ (ಸೂಳ್ಪಡೆಯಲಪ್ಪುದು ಕಾಣಾ ಮಹಾಜಿರಂಗದೊಳ್). ಅದೇ ರೀತಿ ತಿರುಗುತ್ತಿರುವ ಈ ಚಕ್ರದಲ್ಲಿ ಅವಶ್ಯಕತೆ ಇದ್ದಾಗ ನಮ್ಮ ಸರದಿಯೂ ಬರುತ್ತದೆ. ಇದನ್ನು ನೆನಪಿಟ್ಟುಕೊಳ್ಳೋಣ. ಮೇಲುಕೀಳಿನ ಅಹಂ ಅನ್ನು ಬಿಟ್ಟು ಎಲ್ಲರನ್ನೂ ಗೌರವಿಸೋಣ. ಮನುಷ್ಯರಾಗಿ ನಾವು ಮಾಡಬೇಕಾದ ಕನಿಷ್ಠ ಕರ್ತವ್ಯವಿದು.

ಜಾಝ್ ಸಂಗೀತದ ರಾಣಿಯಾದ ಕಪ್ಪುಹುಡುಗಿಯ ರೋಚಕ ಕತೆ

1955. ಅಮೆರಿಕದ ಜಾಝ್ ಹಾಡುಗಾರ್ತಿ ಎಲ್ಲಾ ಜೇನ್ ಫಿಟ್ಜೆರಾಲ್ಡ್ (Ella Jane Fitgerald), ಆ ವೇಳೆಗಾಗಲೇ ಸುಮಾರು ಎರಡು ದಶಕಗಳ ಜಾಝ್ ಸಂಗೀತದ ಕೆರಿಯರ್ ಅನ್ನು ಯಶಸ್ವಿಯಾಗಿ ಪೂರ್ಣಗೊಳಿಸಿದ್ದಳು. ಅಪ್ರತಿಮ ಪ್ರತಿಭಾವಂತೆಯಾಗಿದ್ದರೂ ಜನಸಾಮಾನ್ಯರ ವಲಯದಲ್ಲಿ ಆಕೆ ಬಹಳ ಜನಪ್ರಿಯಳೇನೂ ಆಗಿರಲಿಲ್ಲ. ಕಾರಣ ಆಕೆ ಓರ್ವ ಆಫ್ರಿಕನ್ ಅಮೆರಿಕನ್. ಮತ್ತು ಅದು ಅಮೇರಿಕದಲ್ಲಿ ಜನಾಂಗೀಯ ಭಿನ್ನತೆ ಇನ್ನೂ ಹರಡಿದ್ದ ಕಾಲ. ಹಾಗಾಗಿ ಅಪ್ರತಿಮ ಪ್ರತಿಭಾವಂತೆ ಎಲ್ಲಾಳಿಗೆ ನ್ಯಾಯವಾಗಿ ಸಿಗಬೇಕಾದ ಮನ್ನಣೆ ಸಿಕ್ಕಿರಲಿಲ್ಲ. ಮತ್ತು ಬಿಳಿಯ ಪ್ರೇಕ್ಷಕರೇ ತುಂಬಿರುತ್ತಿದ್ದ ಸಂಗೀತ ಕಾರ್ಯಕ್ರಮಗಳಲ್ಲಿ ಅವಕಾಶ ಗಿಟ್ಟಿಸಿಕೊಳ್ಳುವುದು ಆಕೆಗೆ ಸಾಧ್ಯವಾಗುತ್ತಿರಲಿಲ್ಲ. ಆದರೂ 38ರ ಎಲ್ಲಾ ಫಿಟ್ಜೆರಾಲ್ಡ್, ತನ್ನ ಪ್ರಯತ್ನವನ್ನು ಜಾರಿಯಲ್ಲಿಟ್ಟಿದ್ದಳು. ಲಾಸ್‌ಎಂಜಲೀಸ್‌ನ ಮೊಕಾಂಬೊ ಕ್ಲಬ್ ಆಗಿನ

ಅತ್ಯಂತ ಪ್ರಖ್ಯಾತ ಜಾಝ್ ಕ್ಲಬ್. ಅಲ್ಲಿ ಪ್ರದರ್ಶನ ನೀಡಬೇಕೆಂದು ಆಕೆ ಪ್ರಯತ್ನಿಸುತ್ತಿದ್ದಳು.

ಆದರೆ ಆ ಕ್ಲಬ್‌ನ ಮಾಲೀಕ ಚಾರ್ಲಿ ಮಾರಿಸನ್ ಆಕೆಯ ಕೋರಿಕೆಯನ್ನು ತಿರಸ್ಕರಿಸುತ್ತಿದ್ದ. ಎಲ್ಲಾಳ ಮೇಲೆ ಮರುಕ ಬಂದರೂ ಆತ ಏನೂ ಮಾಡುವ ಹಾಗಿರಲಿಲ್ಲ. ಆದರೆ ಒಂದು ವೇಳೆ ಬಿಳಿಯ ಪ್ರೇಕ್ಷಕರೇ ಹೆಚ್ಚಿರುವ ತನ್ನ ಕ್ಲಬ್‌ನಲ್ಲಿ ಆಕೆಗೆ ಅವಕಾಶ ನೀಡಿದರೆ ಆ ರಾತ್ರಿಯ ಟಿಕೆಟ್ ಮಾರಾಟದಲ್ಲಿ ಕುಸಿತವಾಗುವುದಷ್ಟೇ ಅಲ್ಲ, ತನ್ನ ಕ್ಲಬ್‌ನ ಘನತೆಗೆ ಕುಂದುಂಟಾಗಬಹುದೆಂಬ ಆತಂಕ ಅವನಿಗಿತ್ತು. ಅದನ್ನಾತ ನೇರವಾಗಿ ಎಲ್ಲಾಳಿಗೆ ಹೇಳಿಯೂ ಬಿಟ್ಟಿದ್ದ.

ಬೇರೆಯವರಾದರೆ ತನ್ನ ಕಪ್ಪು ಬಣ್ಣವನ್ನೂ, ಹುಟ್ಟನ್ನೂ ಹಳಿದುಕೊಂಡು ನಮ್ಮಂತಹವರ ಹಣೆಬರಹವೇ ಇಷ್ಟು ಎಂದು ತಮ್ಮ ಪ್ರಯತ್ನ ಬಿಟ್ಟು ಬಿಡುತ್ತಿದ್ದರೇನೋ. ಮತ್ತೆ ಕೆಲವರು ಅವಮಾನಿತರಾಗಿ ಜೀವನೋತ್ಸಾಹವನ್ನೇ ಕಳೆದುಕೊಳ್ಳುತ್ತಿದ್ದರು. ಆದರೆ ಎಲ್ಲಾ! ಆಕೆಯ ಆತ್ಮವಿಶ್ವಾಸ ಬೆಟ್ಟದಷ್ಟು ಅಚಲ ಮತ್ತು ಅಗಾಧ. ಅವಳಿಗೆ ಗೊತ್ತಿತ್ತು, ಮೊಕಾಂಬೊ ಕ್ಲಬ್‌ನಲ್ಲಿ ಒಮ್ಮೆ ಅವಕಾಶ ದೊರಕಿದರೆ ತನ್ನ ಪ್ರತಿಭೆಯಿಂದ ಪ್ರೇಕ್ಷಕರನ್ನು ಮೋಡಿ ಮಾಡಲು ಸಾಧ್ಯ ಎಂಬುದು. ಹಾಗೇನಾದರೂ ಆದರೆ ತನ್ನ ವೃತ್ತಿಜೀವನವೇ ಬದಲಾಗಿ ಹೋಗುತ್ತದೆಂಬ ಸ್ಪಷ್ಟ ಅರಿವೂ ಅವಳಿಗಿತ್ತು. ಸೋಲುವುದಕ್ಕಿಂತ ಗೆಲುವಿನ ಪ್ರಯತ್ನವನ್ನು ಅರ್ಧದಲ್ಲಿ ಕೈ ಬಿಡುವುದು ಹೆಚ್ಚಿನ ಅವಮಾನಕಾರಿ ಎಂದವಳು ಬಲವಾಗಿ ನಂಬಿದ್ದಳು. ಆದರೆ, ಏನು ಮಾಡುವುದು? ಹೇಗೆ ತನ್ನ ಗುರಿ ಸಾಧಿಸುವುದು ಎಂದು ಯೋಚಿಸುತ್ತ ಕುಳಿತ ಎಲ್ಲಾಳಿಗೆ ಒಂದು ವಿಷಯವಂತೂ ಸ್ಪಷ್ಟವಾಯಿತು. ಅವಕಾಶವೆನ್ನುವುದು ಬಾಗಿಲಿಗೆ ಬಂದಾಗ ಬಾಗಿಲು ತೆಗೆಯದವರನ್ನು ಮೂರ್ಖರೆನ್ನುತ್ತಾರೆ. ಆದರೆ ಅವಕಾಶವೇ ಬರದೇ ಹೋದರೆ? ಹಾಗಾಗಿ ತಾನು ಕಾಯುತ್ತ ಕೂರುವುದರಲ್ಲಿ ಯಾವ ಅರ್ಥವೂ ಇಲ್ಲ. ಯೆಸ್, ತಾನೇ ಅವಕಾಶವನ್ನು ನಿರ್ಮಿಸಿಕೊಳ್ಳಬೇಕು. ಈ ಯೋಚನೆ ಎಲ್ಲಾಳಿಗೆ ಹೊಳೆಯುತ್ತಿದ್ದಂತೆ ಥಟಕ್ಕನೆ ಆಕೆಗೆ ಮರ್ಲಿನ್ ಮನ್ರೋಳ ನೆನಪಾಯಿತು. ಮರ್ಲಿನ್ ಮನ್ರೋ ಹಾಲಿವುಡ್‌ನ ಪ್ರಖ್ಯಾತ ನಟಿ. ಆಕೆ ಎಲ್ಲಾ ಫಿಟ್ಜೆರಾಲ್ಡ್‌ಳ ಸ್ನೇಹಿತೆ ಮತ್ತು ಈಕೆಯ ಸಂಗೀತದ ದೊಡ್ಡ ಅಭಿಮಾನಿ. ಮನ್ರೋಳಿಗೆ ಫೋನ್ ಮಾಡಿದ ಎಲ್ಲಾ ತನ್ನ ಗುರಿಯನ್ನೂ, ಅದು ಸಾಧ್ಯವಾಗದೇ ತಾನು ಒದ್ದಾಡುತ್ತಿರುವುದನ್ನೂ ವಿವರಿಸುತ್ತಾಳೆ.

ಇತ್ತ ಫೋನ್ ಕೆಳಗಿಟ್ಟ ಮರ್ಲಿನ್ ಮನ್ರೋ ತಕ್ಷಣ ಮೊಕಾಂಬೋ ಕ್ಲಬ್ ಮಾಲಿಕ ಚಾರ್ಲಿಗೆ ಕರೆ ಮಾಡಿ ತಕ್ಷಣ ಎಲ್ಲಾಳ ಶೋ ಬುಕ್ ಮಾಡುವಂತೆ

ಹೇಳುತ್ತಾಳೆ. ಆದರೆ ಚಾರ್ಲಿ ಅದನ್ನು ನಿರಾಕರಿಸುತ್ತಾನೆ. ಆಗ ಮರ್ಲಿನ್ ಚಾರ್ಲಿಗೆ ಒಂದು ಆಫರ್ ಇಡುತ್ತಾಳೆ. ಎಲ್ಲಾಳನ್ನು ಒಂದು ವಾರದ ಮಟ್ಟಿಗೆ ಮುಖ್ಯ ಶೋಗೆ ಬುಕ್ ಮಾಡಿದರೆ ಆಕೆ ಪ್ರದರ್ಶನ ನೀಡುವ ಪ್ರತೀರಾತ್ರಿಯೂ ತಾನು ಸ್ವತಃ ಕ್ಲಬ್‌ನಲ್ಲಿ ಹಾಜರಿದ್ದು ಮೊದಲ ಸಾಲಿನಲ್ಲೇ ಕುಳಿತಿರುತ್ತೇನೆ ಎಂಬುದೇ ಆ ಆಫರ್.

ಈಗ ಚಾರ್ಲಿ ಯೋಚಿಸಬೇಕಾಗಿ ಬಂತು. ಮರ್ಲಿನ್ ಮನ್ರೋಳಂತಹ ಜನಪ್ರಿಯತಾರೆ ತನ್ನ ಕ್ಲಬ್‌ಗೆ ಒಂದು ವಾರದ ಕಾಲ ಬರುವುದೆಂದರೆ ಅದೇನೂ ಕಡಿಮೆ ಗೌರವದ ಸಂಗತಿಯಲ್ಲ. ಹೀಗೆ ಮರ್ಲಿನ್ ತನ್ನ ಕ್ಲಬ್‌ನ ಶೋದಲ್ಲಿ ಹಾಜರಿರುತ್ತಾಳೆಂದು ಪ್ರಕಟಿಸುವುದೇ ತಡ ಮಾಧ್ಯಮದವರ ಗಮನ ಪೂರ್ತಿ ತನ್ನ ಕ್ಲಬ್‌ನೆಡೆ ತಿರುಗುತ್ತದೆಂಬುದು ಆತನಿಗೆ ಚೆನ್ನಾಗಿ ಗೊತ್ತಿತ್ತು. ಆತ ಹಾಗೆ ಯೋಚಿಸುತ್ತಿರುವಾಗಲೇ ಅತ್ತಲಿಂದ ಮರ್ಲಿನ್ ಹೇಳಿದಳು, 'ಏನು ಯೋಚಿಸುತ್ತಿದ್ದೀ ಚಾರ್ಲೀ, ಪ್ರೆಸ್‌ನವರು ಹುಚ್ಚೆದ್ದು ಹೋಗುತ್ತಾರೆ ನೋಡ್ತಿರು'. ಚಾರ್ಲಿ 'ಹುಂ' ಎಂದ. ಮೊಕಾಂಬೋ ಕ್ಲಬ್‌ನಲ್ಲಿ ಎಲ್ಲಾಳಿಗೆ ಒಂದು ವಾರ ಪ್ರದರ್ಶನ ನೀಡುವ ಅವಕಾಶ ದೊರಕಿತು.

ಎಲ್ಲಾ ಫಿಟ್ಜೆರಾಲ್ಡ್ ತನ್ನ ಅತ್ಯುತ್ತಮ ಪ್ರದರ್ಶನ ನೀಡಲು ಸಿದ್ಧಳಾದಳು. ಮರ್ಲಿನ್ ಮನ್ರೋ ತನ್ನ ಮಾತಿಗೆ ತಪ್ಪಲಿಲ್ಲ. ಪ್ರತೀ ದಿನ ಬಂದು ಮೊದಲ ಸಾಲಿನಲ್ಲೇ ಕುಳಿತಳು. ಕಪ್ಪು ಬಿಳಿ ಮೇಲು ಕೀಳುಗಳ ತಾರತಮ್ಯದ ಜನಾಂಗೀಯವಾದದ ನಡುವೆಯೂ ಕ್ಲಬ್ ಪ್ರತೀ ರಾತ್ರಿ ತುಂಬಿ ತುಳುಕುತ್ತಿತ್ತು. ಮೊದಮೊದಲು ಮರ್ಲಿನ್ ಮನ್ರೋಳ ಹಾಜರಿಯಿಂದ ಕ್ಲಬ್‌ಗೆ ಮುಗಿಬಿದ್ದ ಜನ ಕ್ರಮೇಣ ಎಲ್ಲಾ ಫಿಟ್ಜೆರಾಲ್ಡ್‌ಳ ಜಾಝ್ ಮೋಡಿಗೆ ಒಳಗಾದರು. ಆ ಒಂದು ವಾರ, ಹೌದು, ಆ ಏಳು ಅಪೂರ್ವ ದಿನಗಳು ಎಲ್ಲಾಳ ಬದುಕಿನ ದಿಕ್ಕನ್ನೇ ಬದಲಾಯಿಸಿದವು. ಆಕೆ ಅಂದುಕೊಂಡಂತೆಯೇ ಆಯಿತು. ಜನಪ್ರಿಯತೆಯ ತುತ್ತ ತುದಿಗೆ ಎಲ್ಲಾ ಏರಿದಳು. ಹಾಲಿವುಡ್‌ನ ಹೆಸರಾಂತ ತಾರೆಯಾದಳು. ಫರ್ಸ್ಟ್ ಲೇಡಿ ಆಫ್ ಸಾಂಗ್, ಲೇಡಿ ಎಲ್ಲಾ, ಜಾಝ್‌ರಾಣಿ ಎಂದೆಲ್ಲ ಹಾಡಿ ಹೊಗಳಲ್ಪಟ್ಟಳು. ಯಾವ ಕ್ಲಬ್‌ನಲ್ಲಿ ಹಾಡಬೇಕೆಂದು ಆಕೆ ವರ್ಷಗಟ್ಟಲೆ ಪ್ರಯತ್ನಿಸಿದ್ದಳೋ ಅಂತಹ ಸಣ್ಣ ಪುಟ್ಟ ಕ್ಲಬ್‌ಗಳಲ್ಲಿ ಹಾಡುವ ಪ್ರಸಂಗ ಮುಂದೆಂದೂ ಆಕೆಗೆ ಬರಲಿಲ್ಲ. ತನ್ನ ಬದುಕಿನ ದಾರಿಯ ಈ ಯಶಸ್ಸಿಗಾಗಿ ಎಲ್ಲಾ, ಮರ್ಲಿನ್ ಮನ್ರೋಳಿಗೆ ಯಾವತ್ತೂ ಆಭಾರಿಯಾಗಿದ್ದಳು.

'ನಿಮಗೆ ಏನನ್ನು ಮಾಡಲೇಬೇಕೆಂದಿರುತ್ತದೆಯೋ ಅದನ್ನು ಎಂದಿಗೂ ಸೋತು ಹತಾಶರಾಗಿ ಅರ್ಧದಲ್ಲಿ ನಿಲ್ಲಿಸಬೇಡಿ. ಏಕೆಂದರೆ ಎಲ್ಲಿ ಪ್ರೀತಿ

ಇಂಗ್ಲಿಷ್ ಕಲಿಯಲು ಪುಕ್ಕಟೆ ಗೈಡ್ ಆಗಿದ್ದವನು ಇತಿಹಾಸ ನಿರ್ಮಿಸಿದ!

- ಅವನ ಹೆಸರು ಮಾ ಯುನ್. ಚೀನಾದ ಝೆಜಿಯಾಂಗ್ ಪ್ರಾಂತ್ಯದಲ್ಲಿ ಹುಟ್ಟಿದ ಬಡಕುಟುಂಬದ ಹನ್ನೆರಡರ ಪೋರನ ಕನಸು ಇಂಗ್ಲಿಷ್ ಕಲಿಯುವುದು. ತಮ್ಮೂರಿನ ಹತ್ತಿರದ ನಗರವೊಂದಕ್ಕೆ ಆತ ನಲವತ್ತು ನಿಮಿಷಗಳ ಕಾಲ ಸೈಕಲ್ ತುಳಿದುಕೊಂಡು ಬರುತ್ತಿದ್ದ. ಕಾರಣ ಅಲ್ಲಿಗೆ ಬರುತ್ತಿದ್ದ ಯಾತ್ರಿಗಳಿಗೆ ಮಾರ್ಗದರ್ಶಿಯಾಗಿ ಕೆಲಸ ಮಾಡಲು! ಅಲ್ಲಿ ಅವನಿಗೆ ಹಣವೇನೂ ಸಿಗುತ್ತಿರಲಿಲ್ಲ. ಹೊರಗಡೆಯಿಂದ ಬಂದ ಯಾತ್ರಿಗಳೊಡನೆ ಹರಕು ಮುರುಕು ಇಂಗ್ಲಿಷ್ ಮಾತನಾಡುತ್ತ ತನ್ನ ಭಾಷಾಜ್ಞಾನವನ್ನು ಸುಧಾರಿಸಿಕೊಳ್ಳಲು ಆತ ಅಲ್ಲಿಗೆ ಧಾವಿಸುತ್ತಿದ್ದ. ಆ ಪ್ರವಾಸಿಗರಲ್ಲಿ ಹಲವರು ಮಾ ಯುನ್ ಎಂಬ ಹೆಸರನ್ನು ಉಚ್ಛರಿಸಲು ಕಷ್ಟವಾಗಿ ಜಾಕ್ ಎಂದು ಕರೆಯಲು ಪ್ರಾರಂಭಿಸಿದರು. ಜಾಕ್ ಮಾ ಎಂಬ ಹೆಸರೇ ಅವನಿಗೆ ಫೈನಲ್ ಆಯಿತು!!

ಕಾಲೇಜಿಗೆ ಸೇರಿದ ನಂತರ ನಗರದ ಎಲ್ಲ ಕಾಲೇಜುಗಳ ವಿದ್ಯಾರ್ಥಿ ಒಕ್ಕೂಟದ ಅಧ್ಯಕ್ಷನಾಗಿ ಚುನಾಯಿತನಾದ. ಇಂಗ್ಲಿಷ್‌ನಲ್ಲಿ ಪದವಿ ಪಡೆದ ನಂತರ ಕಾಲೇಜೊಂದರಲ್ಲಿ ಕೆಲಸ ಸಿಕ್ಕಿತು. ರಾತ್ರಿ ತರಗತಿಗಳನ್ನೂ ತೆಗೆದುಕೊಳ್ಳುತ್ತಿದ್ದ ಜಾಕ್ ಕಾಲೇಜು ವಿದ್ಯಾರ್ಥಿಗಳಿಗೆ ಹೇಗೆ ಇಂಗ್ಲಿಷ್ ಕಲಿಸುತ್ತಿದ್ದನೆಂದರೆ ಬೇರೆ ಯಾರೂ ಹಾಗೆ ಕಲಿಸಲು ಸಾಧ್ಯವಿಲ್ಲ ಎನ್ನುವ ಮಾತು ಜನಜನಿತವಾಗಿ ಹೋಗಿತ್ತು. ಆದರೆ ಅದೇನೂ ಶಾಶ್ವತವಾದ ಕೆಲಸವಾಗಿರಲಿಲ್ಲ. ಹಾಗಾಗಿ ಜಾಕ್ ಮೂವತ್ತಕ್ಕೂ ಹೆಚ್ಚು ಕಂಪನಿಗಳಿಗೆ ಕೆಲಸಕ್ಕಾಗಿ ಅರ್ಜಿ ಹಾಕಿದ್ದ. ಕೆಎಫ್‌ಸಿ ಚೀನಾಕೆ ಬಂದಾಗ ಅರ್ಜಿ ಸಲ್ಲಿಸಿದ್ದ 24 ಜನರಲ್ಲಿ 23 ಜನರಿಗೆ ಕೆಲಸ ಸಿಕ್ಕಿತ್ತು!! ಹ್ಯಾಪು ಮೋರೆ ಹಾಕಿಕೊಂಡು ಸಂದರ್ಶನದಿಂದ ವಾಪಾಸಾದ ಏಕೈಕ ವ್ಯಕ್ತಿ ಜಾಕ್ ಆಗಿದ್ದ!!

ಆಗ ಚೀನಾದಲ್ಲಿ ಭಾಷಾಂತರಕ್ಕೆ ಬಹು ಬೇಡಿಕೆಯಿತ್ತು. ಸಣ್ಣ ಪ್ರಮಾಣದಲ್ಲಿ ಜಾಕ್ ಈ ಕೆಲಸ ಶುರುಮಾಡಿದ. ಆರಂಭದಲ್ಲಿ ನಷ್ಟವೂ ಆಯಿತು. ನಷ್ಟ ಸರಿದೂಗಿಸಲು ಜಾಕ್ ರಸ್ತೆಯ ಮೇಲೆ ಪುಸ್ತಕ, ಹೂವು, ಬಟ್ಟೆ ಎಲ್ಲವನ್ನೂ ಮಾರಾಟ ಮಾಡಿದ. ಅಂದಹಾಗೆ ಇವನ್ನೆಲ್ಲ ಅವನು ಕಾಲೇಜಿನಲ್ಲಿ ಪಾಠ ಮಾಡುತ್ತಲೇ ಮಾಡುತ್ತಿದ್ದ! ಆತನಲ್ಲಿ ಒಬ್ಬ ಉದ್ದಿಮೆದಾರನ ಮನಸ್ಥಿತಿ ಯಾವಾಗಲೂ ಇತ್ತು ಎನ್ನುವುದಕ್ಕೆ ಇದು ಸಾಕ್ಷಿ.

ನಿಧಾನಕ್ಕೆ ಕಂಪನಿ ಲಾಭಗಳಿಸುತ್ತ ಬಂತು. ಜಾಕ್‌ನ ಇಂಗ್ಲಿಷ್ ಪ್ರೌಢಿಮೆ ಆ ವೇಳೆಗಾಗಲೇ ಸರ್ಕಾರದ ಗಮನಕ್ಕೂ ಬಂದಿತ್ತು! 1995ರಲ್ಲಿ ಅಮೇರಿಕಾದ ಹೂಡಿಕೆದಾರನೊಬ್ಬನಿಗೆ ಭಾಷಾಂತರಕಾರನಾಗಿ ಜಾಕ್ ಅಮೆರಿಕಕ್ಕೆ ಕಳುಹಿಸಲ್ಪಟ್ಟ. ಇಂಟರ್ ನೆಟ್‌ನಲ್ಲಿ ಶಬ್ದವೊಂದನ್ನು ಹುಡುಕುವಾಗ ಚೀನಾಕ್ಕೆ ಸಂಬಂಧಿಸಿದ ಯಾವುದೇ ಮಾಹಿತಿ ಇಲ್ಲದಿರುವುದು ಆತನ ಗಮನಕ್ಕೆ ಬಂತು. ಜಾಕ್‌ಗೆ ಆ ಕ್ಷಣವೇ ತನ್ನ ಮುಂದಿನ ಹಾದಿ ಗೋಚರಿಸಿತು!

ಜಾಕ್ ಇಂಗ್ಲಿಷ್‌ನಲ್ಲಿ ಪರಿಣಿತನೇ ಹೊರತು ಕಂಪ್ಯೂಟರ್‌ನಲ್ಲಲ್ಲ! ಆದರೆ ಈ ಕ್ಷೇತ್ರಕ್ಕೆ ಭವ್ಯ ಭವಿಷ್ಯವಿದೆಯೆಂದು ಆತನ ಮನಸ್ಸು ಹೇಳುತ್ತಿತ್ತು. ಒಂದು ದಿನ ತನ್ನ ಸ್ನೇಹಿತನ ಜತೆ ಸೇರಿ ಚೀನಾಕ್ಕೆ ಸಂಬಂಧಿಸಿದ ವೆಬ್‌ಸೈಟ್ ಒಂದನ್ನು ಆತ ಬೆಳಿಗ್ಗೆ ಒಂಬತ್ತೂವರೆಗೆ ಪ್ರಾರಂಭಿಸಿದ, ಮಧ್ಯಾಹ್ನ ಹನ್ನೆರಡೂವರೆಗಾಗಲೇ ಚೀನಾದ ವ್ಯಕ್ತಿಯೊಬ್ಬ ಅದರ ಬಗ್ಗೆ ಮಾಹಿತಿ ಕೇಳಿದ್ದ. ಆಗ ಜಾಕ್‌ಗೆ ಅಂತರ್ಜಾಲದ ಅಪಾರ ಸಾಮರ್ಥ್ಯ ಬಗ್ಗೆ ನಂಬಿಕೆ ಮತ್ತಷ್ಟು ಹೆಚ್ಚಾಯಿತು!! 2000 ಡಾಲರ್‌ಗಳನ್ನು ಕಡ ಪಡೆದು ಚೈನಾ ಯೆಲ್ಲೋ ಪೇಜಸ್ ಪ್ರಾರಂಭಿಸಿದ. ವೆಬ್ ಪೇಜ್‌ಗಳನ್ನು ಕೊಳ್ಳುವವರನ್ನು ಹುಡುಕಲು ಇನ್ನಿಲ್ಲದ ಶ್ರಮಪಟ್ಟ. ಚೀನಾದಲ್ಲಿ ಅಗ ಅಂತರ್ಜಾಲಕ್ಕೆ ನೇರ ಆಕ್ಸೆಸ್ ಇಲ್ಲದ್ದರಿಂದ ಪ್ರತಿಯೊಂದನ್ನೂ ಜಾಕ್ ಸ್ವತಃ ಭಾಷಾಂತರಿಸುತ್ತಿದ್ದ. ಚಿತ್ರಗಳು ಮಾಹಿತಿ

ಎಲ್ಲವನ್ನೂ ಅಂತರ್ಜಾಲಕ್ಕೆ ಯೋಗ್ಯವಾಗುವ ಹಾಗೆ ಅಭಿವೃದ್ಧಿ ಪಡಿಸಲು ಅಮೆರಿಕದ ಸಿಯಾಟಲ್‌ಗೆ ಕಳುಹಿಸಬೇಕಾಗುತ್ತಿತ್ತು. 3 ವರ್ಷದಲ್ಲಿ ಕಂಪನಿ ಸುಮಾರು 8 ಲಕ್ಷ ಡಾಲರ್ ಗಳಿಸಿತು.

ಅಷ್ಟು ಹೊತ್ತಿಗಾಗಲೇ ಅಮೆರಿಕದಲ್ಲಿ ವಿದ್ಯಾಭ್ಯಾಸ ಪಡೆದು ಮರಳಿದ ಹಲವು ಯುವ ಉದ್ಯಮಿಗಳು ಅಂತರ್ಜಾಲದ ಈ ವ್ಯವಹಾರದಲ್ಲಿ ಜಾಕ್‌ಗೆ ಸ್ಪರ್ಧೆಯೊಡ್ಡತೊಡಗಿದರು. ಬೇರೆ ಬೇರೆ ಕಂಪನಿಗಳು ಜಾಕ್ ಜತೆ ಕೈಜೋಡಿಸಲು ಬಂದರೂ ಆತನಿಗೆ ತನ್ನದೇ ಆದ ಇ-ಕಾಮರ್ಸ್ ಕಂಪನಿಯೊಂದನ್ನು ಸ್ಥಾಪಿಸುವ ಹೆಬ್ಬಯಕೆಯಿತ್ತು. ತನ್ನ ಗುಂಪಿನ ಸದಸ್ಯರನ್ನೆಲ್ಲ ಕರೆದು ಒಂದು ಹೃದಯಸ್ಪರ್ಶಿ ಭಾಷಣ ಮಾಡಿದ. “ಸ್ನೇಹಿತರೇ, ನಿಮ್ಮೆದುರು ಎರಡು ಆಯ್ಕೆಗಳಿವೆ. ಮೊದಲನೆಯದು ನೀವು ಯಾಹೂ ಕಂಪನಿ ಜತೆ ಕೆಲಸ ಮಾಡಬಹುದು. ಆ ಕಂಪನಿ ನಿಮ್ಮನ್ನು ಹಾರ್ದಿಕವಾಗಿ ಸ್ವಾಗತಿಸುತ್ತದೆ ಮತ್ತು ಒಳ್ಳೆಯ ಸಂಬಳವನ್ನು ಸಹ ನೀಡುತ್ತದೆ. ಎರಡನೆಯದು ಸಿನಾ ಅಥವಾ ಸೋಹು ಕಂಪನಿಯನ್ನೂ ಸೇರಬಹುದು. ಅವರೂ ನಿಮಗೆ ಸಾಧಾರಣ ಸಂಬಳವನ್ನು ಕೊಡಬಹುದು. ಮೂರನೆಯದು, ನೀವು ನನ್ನ ಜತೆ ಮನೆಗೆ ತೆರಳುವುದು! ನಾನು ನಿಮಗೆ ತಿಂಗಳಿಗೆ 95 ಡಾಲರ್ ಮಾತ್ರ ಕೊಡಬಲ್ಲೆ. ನೀವು ನಿಮ್ಮ ಸ್ವಂತ ಮನೆಗಳನ್ನೆಲ್ಲ ಬಾಡಿಗೆಗೆ ಕೊಡಬೇಕಾಗುತ್ತದೆ!”

ಅದುವರೆಗೂ ಸುಮ್ಮನೇ ಕೇಳುತ್ತಿದವರ ಕಣ್ಣುಗಳಲ್ಲಿ ಅಚ್ಚರಿಯನ್ನು ಕಂಡು ಜಾಕ್ ಮುಗುಳ್ನಗುತ್ತ ಹೇಳಿದ ‘ಏಕೆಂದರೆ ಇನ್ನು ಮೇಲೆ ನೀವು ನನ್ನ ಮನೆಯಿಂದ ಐದು ಕಿಲೋಮೀಟರ್ ಸುತ್ತಳತೆಯಲ್ಲಿಯೇ ಮನೆ ಮಾಡಿ ವಾಸಿಸಬೇಕಾಗುತ್ತದೆ. ನಿಮಗೆ ಓಡಾಡಲು ಟ್ಯಾಕ್ಸಿಗೆ ಹಣ ನೀಡಲು ನನ್ನಿಂದ ಸಾಧ್ಯವಿಲ್ಲ! ಹಾಗಾಗಿ ನನ್ನ ಮನೆಯಲ್ಲಿಯೇ ನೀವು ಕೆಲಸ ಮಾಡಬೇಕಾಗುತ್ತದೆ. ನೀವು ಯಾವ ತೀರ್ಮಾನ ಮಾಡಿದರೂ ಅದಕ್ಕೆ ಸ್ವಾಗತ.’

ತೀರ್ಮಾನಿಸಲು ಜಾಕ್ ಮೂರು ದಿನಗಳ ಸಮಯ ನೀಡಿದ. ಎದ್ದು ಹೊರನಡೆದ ಎಲ್ಲರೂ ಮೂರೇ ನಿಮಿಷದ ಒಳಗೆ ವಾಪಸಾದರು. ಅವರೆಲ್ಲರೂ ಜಾಕ್ ಜತೆ ಕೆಲಸ ಮಾಡಲು ತೀರ್ಮಾನಿಸಿದ್ದರು.

ಸಂಗಾತಿಗಳೆಲ್ಲ ತನ್ನ ಮೇಲಿಟ್ಟ ವಿಶ್ವಾಸ ಮತ್ತೂ ಉತ್ಸಾಹದಿಂದ ಮುನ್ನುಗ್ಗಲು ಜಾಕ್‌ಗೆ ಬಲ ನೀಡಿತು. ಅವರ 18 ಜನರ ಟೀಮ್ ತಮ್ಮ ಉಳಿತಾಯದ 60,000 ಡಾಲರ್‌ಗಳನ್ನು ಕೂಡಿಸಿತು. ಆ ನಂತರ ಜ್ಯಾಕ್ ಇನ್ನೊಂದು ಭಾಷಣ ಮಾಡಿದ. “ನಾವೊಂದು ಐತಿಹಾಸಿಕ ಇ-ಕಾಮರ್ಸ್ ಕಂಪನಿಯನ್ನು ಸ್ಥಾಪಿಸಲಿದ್ದೇವೆ. ಕನಿಷ್ಠ 100 ವರ್ಷಗಳ ಕಾಲ ಅದು ಬಾಳಬೇಕು. ಚೀನಾದ ಸಣ್ಣ ಮತ್ತು ಮಧ್ಯಮ ಕಂಪನಿಗಳಿಗೆ ಸೇವೆ ಒದಗಿಸಬೇಕು. ಮತ್ತು ನಮ್ಮ ಕಂಪನಿ ವಿಶ್ವದ ಅಂತರ್ಜಾಲ

ಸೈಟ್‌ಗಳಲ್ಲಿ ಮೊದಲ ಹತ್ತರೊಳಗಿರಬೇಕು." ಅಲಿಬಾಬಾ.ಕಾಮ್ ಜನ್ಮ ತಾಳಿದ್ದು ಹೀಗೆ.

ಜಾಕ್ ಈ ಹೆಸರನ್ನು ಕಂಪನಿಗೆ ಇಟ್ಟ ಉದ್ದೇಶವೆಂದರೆ ಅರೇಬಿಯನ್ ನೈಟ್ಸ್‌ನಲ್ಲಿ ಬರುವ ಅಲಿಬಾಬನ ಹೆಸರು ಜಗತ್ತಿನ ಜನರೆಲ್ಲರಿಗೂ ತೀರ ಪರಿಚಿತ ಎನ್ನುವುದು!! ವಿವಿಧ ದೇಶಗಳ 30 ಜನರನ್ನು ನಿಮಗೆ ಅಲಿಬಾಬಾ ಗೊತ್ತೇ ಎಂದು ಕೇಳಿದಾಗ ಎಲ್ಲರೂ ಗೊತ್ತಿದೆ ಎಂದೇ ಹೇಳಿದ್ದರಂತೆ!! ಬಾಗಿಲು ತೆರೆ ಸೀಸೇಮ್ ಎಂಬುದೂ ಎಲ್ಲರಿಗೂ ಗೊತ್ತಿತ್ತು! ಅಲಿಬಾಬಾ, ಸಣ್ಣ ಮತ್ತು ಮಧ್ಯಮ ಗಾತ್ರದ ಕಂಪನಿಗಳಿಗೆ ಹೊಸ ಹೊಸ ವ್ಯವಹಾರದ ಬಾಗಿಲನ್ನು ತೆರೆದೇ ಬಿಟ್ಟಿತು!!

ಜಾಕ್ ಮತ್ತವನ ಸಂಗಾತಿಗಳು ಕಂಪನಿಗಾಗಿ ಹಗಲಿರುಳು ದುಡಿದರು. 1999ರಲ್ಲಿ ಅಲಿಬಾಬಾ ಲಾಂಚ್ ಆಯಿತು. ವ್ಯವಹಾರವನ್ನು ಸರಳೀಕೃತಗೊಳಿಸುವುದೂ ಮತ್ತು ಎಲ್ಲಿಂದಲಾದರೂ ಅದು ಸಾಧ್ಯವಾಗುವಂತೆ ಮಾಡುವುದು ಅಲಿಬಾಬಾದ ಉದ್ದೇಶ ಮಾತ್ರವಲ್ಲ, ಸ್ಲೋಗನ್ ಕೂಡ ಹೌದು. ಆರಂಭದಲ್ಲಿ ಆದಾಯ ಕಡಿಮೆ ಇದ್ದರೂ ಸುದ್ದಿಯೊಂದರಿಂದ ಅಲಿಬಾಬಾ ಅಂತರಾಷ್ಟ್ರೀಯ ಮಾಧ್ಯಮಗಳ ಗಮನ ಸೆಳೆಯಿತು. ಮಾರಾಟಗಾರನೊಬ್ಬ ಅಲಿಬಾಬಾ ಮೂಲಕ ಎಕೆ 47 ಅನ್ನು ಮಾರಾಟ ಮಾಡಲು ಹೊರಟಿದ್ದ! ಮೊದಲು ಇದು ನೆಗೆಟಿವ್ ಪ್ರಚಾರ ಎನ್ನಿಸಿದರೂ ಹಲವಾರು ಹೂಡಿಕೆದಾರರನ್ನು ಆಕರ್ಷಿಸಿತು! 2000ದ ಹೊತ್ತಿಗೆ ಅಲಿಬಾಬಾದಲ್ಲಿ 25 ಮಿಲಿಯನ್‌ಗಿಂತ ಹೆಚ್ಚು ಹೂಡಿಕೆಯಾಗಿತ್ತು!! ಅಲ್ಲಿಂದ ಮುಂದೆ ಜಾಕ್ ಮತ್ತು ಸ್ನೇಹಿತರು ಹಿಂದಿರುಗಿ ನೋಡಲೇ ಇಲ್ಲ!! 2016ರ ಏಪ್ರಿಲ್‌ನಲ್ಲಿ ಅಲಿಬಾಬಾ, ವಾಲ್‌ಮಾರ್ಟ್ ಅನ್ನೂ ಹಿಂದಿಕ್ಕಿ 200ಕ್ಕೂ ಅಧಿಕ ದೇಶಗಳಲ್ಲಿ ಕಾರ್ಯ ನಿರ್ವಹಿಸುವ ಜಗತ್ತಿನ ಅತೀ ದೊಡ್ಡ ರೀಟೇಲರ್ ಕಂಪನಿಯಾಗಿದೆ!! ಅಲಿಬಾಬಾದ ಮಾರಾಟ ಅಮೆಜಾನ್ ಮತ್ತು ಇಬೇ ಕಂಪನಿಗಳ ಒಟ್ಟೂ ಮಾರಾಟಕ್ಕಿಂತ ಜಾಸ್ತಿ!! ಮಾಧ್ಯಮ ಮತ್ತು ಮನರಂಜನಾ ಕ್ಷೇತ್ರಕ್ಕೂ ಅಲಿಬಾಬಾ ಕಾಲಿಟ್ಟಿದೆ! ಮೊನ್ನೆ ಜೂನ್ 8, 2017ರಂದು ಅಲಿಬಾಬಾದ ಮಾರುಕಟ್ಟೆ ಮೌಲ್ಯ 360 ಬಿಲಿಯನ್ ಅಮೆರಿಕನ್ ಡಾಲರ್‌ಗಳು!!

ಜಾಕ್ ಈಗ ಏಷಿಯಾದ ಅತೀ ದೊಡ್ಡ ಶ್ರೀಮಂತ. ಜಗತ್ತಿನ ಹದಿನಾಲ್ಕನೇ ಶ್ರೀಮಂತ!! ಆತ ದಾನಿಯೂ ಹೌದು. ಹತ್ತು ಹಲವು ಪ್ರಶಸ್ತಿಗಳಿಗೆ ಭಾಜನನೂ ಹೌದು. ಸೊನ್ನೆಯಿಂದ ಪ್ರಾರಂಭಿಸಿ ಜಾಕ್ ಏರಿದ ಎತ್ತರ, ಆ ಪಯಣದ ಕಥೆ ಸ್ಫೂರ್ತಿಯ ಸೆಲೆಯೂ ಹೌದು.

9 ವರ್ಷಗಳ ಕಾಲ ಆತ ಇಂಗ್ಲಿಷ್ ಕಲಿಯಲೆಂದೇ ಗೈಡ್ ಆಗಿ ಆದಾಯವೂ ಇಲ್ಲದೇ ಕೆಲಸ ಮಾಡಿದ್ದು ಆತನ ಸಮರ್ಪಣಾ ಮನೋಭಾವಕ್ಕೆ

ಸಾಕ್ಷಿ!! ತಿಂಗಳೊಪ್ಪತ್ತು ಸ್ಪೋಕನ್ ಇಂಗ್ಲಿಷೋ ಕಂಪ್ಯೂಟರೋ ಮತ್ತೊಂದೋ ಕ್ಲಾಸುಗಳಿಗೆ ಹೋಗಿ ಬೇಸತ್ತು ಎಲ್ಲವೂ ಕಷ್ಟ ಎಂದು ಕೈಬಿಡುವ ನಾವು ಜಾಕ್‌ನ ಜೀವನದ ಇದೊಂದು ಸಂಗತಿಯಿಂದಲೇ ಕಲಿಯುವುದು ಬೆಟ್ಟದಷ್ಟಿದೆ! 33ನೇ ವಯಸ್ಸಿನಲ್ಲಿ ಕಂಪ್ಯೂಟರ್ ಅನ್ನು ಮೊದಲ ಬಾರಿ ಉಪಯೋಗಿಸಿದ ವ್ಯಕ್ತಿಯೊಬ್ಬ ಅದನ್ನೇ ಬಂಡವಾಳವಾಗಿಟ್ಟುಕೊಂಡು ಯಶಸ್ಸಿನ ಏಣಿಯನ್ನು ಏರಿದ ಪರಿ ನಿಜಕ್ಕೂ ಅಚ್ಚರಿ!! ಸತತ ಪ್ರಯತ್ನಕ್ಕೆ ಸಾಧಿಸಲಾಗದ್ದು ಯಾವುದೂ ಇಲ್ಲ. ಅಲಿಬಾಬಾ ಸಂಸ್ಥಾಪಕನ ಈ ವಿಜಯಗಾಥೆ ಅದಕ್ಕೊಂದು ಸಮರ್ಪಕ ಉದಾಹರಣೆ.

ದೇಶ ಕಟ್ಟುವ ಪರಿಯ ಕಲಿಸಿದ ಕ್ಷೀರಕ್ರಾಂತಿಯ ಜನಕ

■ **ಡಾ. ಕುರಿಯನ್ ರವರಂತಹ ಸಮರ್ಪಣೆ ಮತ್ತು ರಾಷ್ಟ್ರೀಯತೆಯ ಕೆಚ್ಚು ಹೊಂದಿದ ಒಂದು ಸಾವಿರ ಮಂದಿಯನ್ನು ಹೊಂದಿದ್ದರೆ ಇಂದಿನ ಭಾರತ ಹೇಗಿರುತ್ತಿತ್ತು ಎಂದು ನಾವು ಅಚ್ಚರಿ ಪಡುವಂತಾಗುತ್ತದೆ?**

–ರತನ್ ಟಾಟಾ

ದೇಶ ಕಟ್ಟುವುದೆಂದರೇನು? ಎಂಬ ಪ್ರಶ್ನೆಗೆ ಉತ್ತರ ರೂಪವಾಗಿ ಪುಟಗಟ್ಟಲೆ ಬರೆಯಬಹುದು, ಗಂಟೆಗಟ್ಟಲೆ ಭಾಷಣವನ್ನೂ ನಿರರ್ಗಳವಾಗಿ ಮಾಡಬಹುದು. ಆದರೆ ಕೇವಲ ಕೆಲಸ, ಕೆಲಸ ಮತ್ತು ಕೆಲಸ ಮಾಡುವ ಮೂಲಕ ಅಮುಲ್ ಅನ್ನು ತನ್ಮೂಲಕ ದೇಶವನ್ನು ಕಟ್ಟಿದ ಅತ್ಯಪರೂಪದ ವ್ಯಕ್ತಿ ಡಾ. ವರ್ಗೀಸ್ ಕುರಿಯನ್. ತನ್ನ ಓದಿಗೂ, ತರಬೇತಿಗೂ, ಕಂಡ ಕನಸಿಗೂ ಸಂಬಂಧವೇ ಇಲ್ಲದ ಹೈನುಗಾರಿಕೆಯ ಕ್ಷೇತ್ರಕ್ಕೆ ಅವರು ಅನಿರೀಕ್ಷಿತವಾಗಿ ಬಂದು ಗುಜರಾತಿನ ಪುಟ್ಟ ಹಳ್ಳಿ ಆನಂದ್‌ಗೆ

ವಿಶ್ವಭೂಪಟದಲ್ಲಿ ಮಹತ್ವದ ಸ್ಥಾನ ಕಲ್ಪಿಸಿ ಕೋಟ್ಯಂತರ ರೈತರ ಬದುಕನ್ನೇ ಬದಲಾಯಿಸಿದವರೆಂಬ ವಿಷಯ ಓದಿ ತಿಳಿದಿದ್ದೆ. ಆದರೆ ಐದು ವರ್ಷಗಳ ಹಿಂದೆ ಅವರ ಆತ್ಮಕಥೆಯನ್ನು ಓದುತ್ತ ಹೋದಾಗ ತಿಳಿದದ್ದು ಕುರಿಯನ್ ಎಂದರೆ ಒಬ್ಬ ವ್ಯಕ್ತಿ ಮಾತ್ರವಲ್ಲ ಒಂದು ಶಕ್ತಿ ಎಂಬುದು, ಅದೂ ಕೇವಲ ವ್ಯಕ್ತಿಯಲ್ಲ ಶಕ್ತಿ ಎಂಬ ಹೇಳಿಕೆಗೆ ಒಂದಿಷ್ಟೂ ಅಪಮಾನವಾಗದ ರೀತಿಯಲ್ಲಿ.

ವರ್ಗಿಸ್ ಕುರಿಯನ್ ದೇಶ ಕಟ್ಟುವಿಕೆಯ ಈ ಮಹಾನ್ ಕಾರ್ಯದಲ್ಲಿ ತಮ್ಮ ಬದುಕನ್ನೇ ತೊಡಗಿಸಿಕೊಂಡವರು. ಅವರ ಸಾಧನೆಗಳು ಬಹುಮುಖೀಯವಾಗಿದ್ದವು. ಹಿಡಿದ ಗುರಿಯಿಂದ ವಿಮುಖರಾಗದೆ, ಎಂಥ ಸಂದರ್ಭದಲ್ಲೂ ಧೃತಿಗೆಡದೆ ತಮ್ಮ ಶುದ್ಧ ಚಾರಿತ್ರ್ಯದ ಮತ್ತು ಪ್ರಾಮಾಣಿಕತೆಯ ಫಲವಾದ ನೇರ ನಿಷ್ಠುರತೆಯಿಂದ, ಜನಶಕ್ತಿಯೇ ಭಾರತದ ಅತ್ಯಂತ ದೊಡ್ಡ ಶಕ್ತಿಯೆಂಬ ತಮ್ಮ ನಂಬಿಕೆಯಿಂದ ವ್ಯವಸ್ಥೆಗೆ ಬಡಿದಿದ್ದ ಜಡತ್ವವೆಂಬ ರೋಗವನ್ನು ಕಿತ್ತುಹಾಕಲೆತ್ನಿಸಿ ಅಪಾರ ಯಶಸ್ಸು ಪಡೆದರು.

ಮೆಕ್ಯಾನಿಕಲ್ ಎಂಜಿನಿಯರಿಂಗ್‌ನಲ್ಲಿ ಪದವಿ ಪಡೆದು, ಅಮೆರಿಕದ ಮಿಚಿಗನ್ ವಿಶ್ವವಿದ್ಯಾಲಯದಲ್ಲಿ ಲೋಹವಿಜ್ಞಾನ ಮತ್ತು ನ್ಯೂಕ್ಲಿಯರ್ ಫಿಸಿಕ್ಸ್‌ನಲ್ಲಿ ಅಧ್ಯಯನ ನಡೆಸಿದ ಕುರಿಯನ್ ರಿಗೆ ಭಾರತ ಸರ್ಕಾರದ ಸ್ಕಾಲರ್ ಶಿಪ್ ಸಿಕ್ಕಿದ್ದು ಡೈರಿ ಇಂಜಿನಿಯರಿಂಗ್ ಓದಿಗಾಗಿ. ಹಾಗಾಗಿ ಹಿಂದಿರುಗಿ ಬಂದಾಗ ಆನಂದ್‌ನ ಸಣ್ಣ ಹಾಲಿನ ಪುಡಿ ತಯಾರಿಕೆಯ ಸಂಶೋಧನಾ ವಿಭಾಗದಲ್ಲಿ ಕೆಲಸದ ಆದೇಶ ಸಿಕ್ಕಿತು. ನ್ಯೂಯಾರ್ಕಿನ ವೇಗದ, ಆಧುನಿಕ ಬದುಕಿನಿಂದ ಗುಜರಾತಿನ ಆನಂದ್ ಎಂಬ ನಿದ್ರಿಸುವ, ಸೌಲಭ್ಯಗಳೇ ಇಲ್ಲದ ಊರಿಗೆ ಕುರಿಯನ್ ಬರುವಂತಾದದ್ದು ವಿಧಿಯ ಲೀಲೆಯಲ್ಲದೇ ಬೇರೇನೂ ಆಗಿರಲಿಲ್ಲ ಎಂಬುದನ್ನು ಅವರೇ ಒಪ್ಪುತ್ತಾರೆ. ಅದೇ ಸಂದರ್ಭದಲ್ಲಿ ಗುಜರಾತಿನ ಕೈರಾದ ಹೈನು ಉದ್ಯಮ ಖಾಸಗಿಯವರ ಹಿಡಿತದಲ್ಲಿದ್ದು ರೈತರಿಗೆ ಅನ್ಯಾಯವಾಗುತ್ತಿತ್ತು. ಈ ಕುರಿತು ರೈತರು ವಲ್ಲಭ್ ಭಾಯಿ ಪಟೇಲರಿಗೆ ದೂರಿತ್ತಾಗ ರೈತರಿಗೆ ಲಾಭದಾಯಕವಾಗಬೇಕೆಂಬ ದೂರದೃಷ್ಟಿಯಿಂದ ಸರ್ದಾರ್ ಪಟೇಲ್ ಸಹಕಾರಿ ಸಂಘಗಳನ್ನು ಸ್ಥಾಪಿಸುವ ಜವಾಬ್ದಾರಿಯನ್ನು ಮೊರಾರ್ಜಿಯವರಿಗೆ ನೀಡಿದರು. ತ್ರಿಭುವನ್ ದಾಸ್ ಎಂಬ ಯೋಗ್ಯ ತರುಣ ಸ್ವಾತಂತ್ರ್ಯ ಹೋರಾಟಗಾರನನ್ನು ಈ ರೈತರ ಸಂಸ್ಥೆಗೆ ಅಧ್ಯಕ್ಷನನ್ನಾಗಿ ಮಾಡಿದ ಮೊರಾರ್ಜಿ ಆನಂದ್‌ನ ಉಜ್ವಲ ಭವಿಷ್ಯತ್ತಿಗೆ ಅವರಿಗರಿವಿಲ್ಲದೆಯೇ ಅಡಿಪಾಯ ಹಾಕಿದರು. ಸ್ವಂತಕ್ಕಾಗಿ ದುಡಿಯುವುದಕ್ಕಿಂತ ಜನರ ಹಿತಕ್ಕಾಗಿ ದುಡಿಯುವುದರಲ್ಲಿ ಸಾರ್ಥಕತೆಯಿದೆ, ಸಂತಸವಿದೆ ಎಂಬ ಅವರ ಆದರ್ಶ ಕುರಿಯನ್‌ರನ್ನು ಸೆಳೆಯಿತು. ಸಮುದಾಯದ ಹಿತಕ್ಕಾಗಿ ದುಡಿವ ಹುಮ್ಮಸ್ಸನ್ನು,

ಮಾರ್ಗದರ್ಶನವನ್ನು ದಾಸ್‌ರಿಂದ ಪಡೆದ ಅವರು ಸರ್ಕಾರಿ ನೌಕರಿ ಬಿಟ್ಟು ಸಹಕಾರಿ ಸಂಸ್ಥೆ ಸೇರಿ ಸಾಧಿಸಿದ್ದು ಈಗ ಇತಿಹಾಸ.

ಸ್ವಾತಂತ್ರ್ಯ ಬಂದ ಸಮಯ. ಬ್ರಿಟಿಷರು ಇಡೀ ಭಾರತವನ್ನೇ ಗುಡಿಸಿ ಸಂಪತ್ತೆಲ್ಲವನ್ನೂ ತಮ್ಮ ದೇಶಕ್ಕೆ ಕೊಂಡೊಯ್ದಿದ್ದರು. ವಿದೇಶೀ ಕಂಪನಿಗಳು ಭಾರತದ ಹೈನು ಮಾರುಕಟ್ಟೆಯನ್ನು ಆಕ್ರಮಿಸಿದ್ದವು. ಅವರ ಆಮಿಷಕ್ಕೆ ಎಂಥವರೂ ಬಲಿ ಬೀಳುವ ಸಾಧ್ಯತೆಗಳೇ ಹೆಚ್ಚು. ಈಗ ನಮ್ಮ ಕ್ರಿಕೆಟಿಗರು ಕೋಟಿಗಟ್ಟಲೆ ಎಣಿಸಿಕೊಂಡು ಜಾಹೀರಾತಿನಲ್ಲಿ ಕುಡಿವ ಬಣ್ಣದ ಪೇಯದಿಂದ ಲಕ್ಷಾಂತರ ಕೋಟಿ ವಿದೇಶಕ್ಕೆ ಹರಿಯುವುದಿಲ್ಲವೇ? ಅಂಥ ಹಲವು ದೇಶಗಳ ಕಂಪನಿಗಳನ್ನು ಎದುರು ಹಾಕಿಕೊಂಡು, ರೈತರೇ ಮಾಲಿಕರಾದ ದೇಶೀಯ ಸಂಸ್ಥೆ ಅಮುಲ್ ಎತ್ತರೆತ್ತರ ಬೆಳೆಯುವಂತೆ ಮಾಡಿದ ಕುರಿಯನ್ ನನ್ನ ದೃಷ್ಟಿಯಲ್ಲಿ ಸ್ವದೇಶೀ ಚಳುವಳಿಯ ಅಪೂರ್ವ ಪ್ರತಿಪಾದಕ.

ಗ್ರಾಮೀಣ ಸಮುದಾಯಗಳ ಸಾಮಾಜಿಕ ಚೌಕಟ್ಟುಗಳನ್ನೇ ಈ ಕ್ಷೀರಕ್ರಾಂತಿ ಬದಲಾಯಿಸಿತೆಂದು ಕುರಿಯನ್ ಹೇಳುತ್ತಾರೆ. ಪತಿ ಹೊಲದಲ್ಲಿ ದುಡಿದು ಪಡೆವ ಆದಾಯದ ಪ್ರಮಾಣವನ್ನು ಪತ್ನಿ ಹಾಲು ಮಾರಾಟದಿಂದ ಪಡೆಯಲಾರಂಭಿಸಿದಾಗ ಸ್ವಾಭಾವಿಕವಾಗಿ ಮಹಿಳೆಯ ಸ್ಥಾನ ಸಮಾನವಲ್ಲದಿದ್ದರೂ ಒಂದಿಷ್ಟು ಮೇಲೇರಿತ್ತು. ಅದೇ ರೀತಿ ಏಕಾಏಕಿ ಪವಾಡಗಳಾಗದಿದ್ದರೂ ಮೇಲು ಕೀಳು, ಗಂಡು ಹೆಣ್ಣು ಭಾವನೆಯ ನಾಶಕ್ಕೆ ಹಾಲು ಸಂಗ್ರಹಿಸುವ ಕ್ಯೂ ಪದ್ಧತಿ ತನ್ನದೇ ಆದ ಕೊಡುಗೆ ನೀಡಿತು. ಚುನಾವಣೆಗಳು ಹತ್ತಿರ ಬಂದೊಡನೆ ರಕ್ತ ಚೆಲ್ಲಾಡಿಸಿ ದೇಶ ಒಡೆದು ಮಜ ನೋಡುವವರ ನಡುವೆ ಪರೋಕ್ಷವಾಗಿ ಇದು ಭಾರತವನ್ನು ಕಟ್ಟುವ ಪ್ರಕ್ರಿಯೆಯೇ ಅಲ್ಲವೇ?

ಅಮುಲ್ ಮೂಲಕ ಡಾ. ಕುರಿಯನ್ ನೀಡಿದ ಮತ್ತೊಂದು ಮಹತ್ತರವಾದ ಕೊಡುಗೆ ಎಂದರೆ ಜಗತ್ತಿಗೆ ಭಾರತೀಯತೆಯ ಸಂದೇಶ ನೀಡಿದ್ದು. ಒಮ್ಮೆ ಪಾಕಿಸ್ತಾನದ ಒಬ್ಬ ಅಧಿಕಾರಿ ಪೂರ್ವಗ್ರಹಪೀಡಿತನಾಗಿ, ಕ್ರಿಶ್ಚಿಯನ್ ಆದ ಕುರಿಯನ್ ರಾಷ್ಟ್ರೀಯ ಹೈನು ಅಭಿವೃದ್ಧಿ ಮಂಡಳಿಯ ಅಧ್ಯಕ್ಷನಾಗಲು ಹೇಗೆ ಸಾಧ್ಯವಾಯಿತು ಎಂದು ಕೇಳಿದಾಗ ಕುರಿಯನ್, ಏಕೆಂದರೆ ಇದು ಭಾರತ, ಪಾಕಿಸ್ತಾನವಲ್ಲ. ನಿಮ್ಮ ದೇಶ ನಮ್ಮ ಮೇಲೆ ಆಕ್ರಮಣ ಮಾಡಿದಾಗ ಕಚ್ಛ್ ಜಿಲ್ಲೆಯ ಜಿಲ್ಲಾಧಿಕಾರಿ ಒಬ್ಬ ಕ್ರಿಶ್ಚಿಯನ್, ಗುಜರಾತಿನ ಐಜಿಪಿ ಓರ್ವ ನಿಷ್ಠಾವಂತ ಮುಸ್ಲಿಂ, ಗುಜರಾತಿನ ಗೃಹ ಕಾರ್ಯದರ್ಶಿ ಕ್ರಿಶ್ಚಿಯನ್ ಮತ್ತು ಗವರ್ನರ್ ಮುಸ್ಲಿಂ, ನಮ್ಮ ದೇಶ ಈ ಬಗೆಯದು ಎಂದು ಉತ್ತರಿಸಿದ್ದರು. ಕೇರಳದ ಸಿರಿಯನ್ ಕ್ರಿಶ್ಚಿಯನ್ ಆದ ಕುರಿಯನ್ ಗುಜರಾತಿನ ಆನಂದ್ ಅನ್ನೇ ತನ್ನ ಮನೆಯಾಗಿಸಿ ಅಲ್ಲಿಯ ರೈತರಿಗೋಸ್ಕರ ತಮ್ಮಿಡೀ

ಜೀವನವನ್ನೇ ಮುಡಿಪಾಗಿಟ್ಟರು. ಆರ್‌ಎಸ್‌ಎಸ್‌ನ ಮುಖಂಡ ಗೋಳವಾಲ್ಕರ್ ಗುರೂಜೀಯವರ ಉತ್ತಮ ಸ್ನೇಹಿತರಾಗಿದ್ದರಲ್ಲದೇ ಗೋಹತ್ಯೆ ನಿಷೇಧ ಇತ್ಯಾದಿ ವಿಷಯಗಳಲ್ಲಿ ಎಷ್ಟೇ ಭಿನ್ನಾಭಿಪ್ರಾಯಗಳಿದ್ದರೂ ಭಾರತೀಯತೆಯ ಹೆಮ್ಮೆಯನ್ನು ದೇಶಾದ್ಯಂತ ಮೂಡಿಸಲು ಪ್ರಯತ್ನಿಸುತ್ತಿದ್ದ ಅವರ ಸಮರ್ಪಣಾ ಭಾವದ ಕುರಿತು ಗೌರವ ಹೊಂದಿದ್ದರು. ಹಿಮಾಲಯದ ನೂರಾರು ಸಾಧುಗಳು ಹಿಮಾಲಯದ ಆಶ್ರಮದಲ್ಲಿ ಕುರಿಯನ್‌ರನ್ನು ಸನ್ಮಾನಿಸಿದಾಗ ದಕ್ಷಿಣದ ತುದಿಯ ಕ್ರಿಶ್ಚಿಯನ್ ಒಬ್ಬನನ್ನು ಉತ್ತರದ ತುದಿಯಲ್ಲಿ ಹಿಂದು ಸಾಧುಗಳು ಗೌರವಿಸುವುದು ಎಲ್ಲಕ್ಕಿಂತ ಮೊದಲು ನಾನೊಬ್ಬ ಭಾರತೀಯ ಎಂಬುದನ್ನು ನಿರೂಪಿಸುತ್ತದೆ ಎಂದು ನುಡಿದಿದ್ದರು. ತನ್ನ ಮದುವೆಯ ದಿನ ಮಾತ್ರ ಚರ್ಚಿಗೆ ಹೋಗಿದ್ದ ಕುರಿಯನ್ ಜನ ಸೇವೆಯೇ ಜನಾರ್ಧನನ ಸೇವೆ ಎಂದು ನಂಬಿದ್ದವರು.

ಜಡತ್ವವನ್ನು ಕಿತ್ತು ಬಿಸಾಕಿದರೆ ಯಶಸ್ಸು ಅಲ್ಲಿಯೇ ಸಿಗುತ್ತದೆ ಎಂಬುದು ಯುವಜನತೆಗೆ ಅವರ ಬದುಕು ಕಲಿಸಿದ ಪಾಠ. ತೊಂಭತ್ತು ವರ್ಷಗಳ ತುಂಬು ಬಾಳಿನಲ್ಲಿ ಅವರು ನಿರ್ವಹಿಸಿದ ಹುದ್ದೆಗಳೆಷ್ಟು, ಸ್ವೀಕರಿಸಿದ ಸವಾಲುಗಳೆಷ್ಟು, ಮಾಡಿದ ಕೆಲಸಗಳೆಷ್ಟು ಜತೆಗೇ ಪಡೆದ ಪುರಸ್ಕಾರಗಳೆಷ್ಟು, ಎಲ್ಲವೂ ಅಪಾರ. ಮತ್ತು ಟೀಕೆಗಳೋ ಎಲ್ಲಕ್ಕಿಂತ ಹೆಚ್ಚು. ಆದರೆ ನೀವು ಗುಂಪಿನಿಂದ ಮೇಲೆ ನಿಂತಿದ್ದರೆ ನಿಮ್ಮತ್ತ ಎಸೆಯುವ ಕಲ್ಲುಗಳಿಗೆ ನೀವು ಸದಾ ಸಿದ್ಧರಿರಬೇಕು ಎಂಬ ತನ್ನ ಗೆಳೆಯ ವಿಕ್ರಮ್ ಸಾರಾಭಾಯಿ ಹೇಳುತ್ತಿದ್ದ ಮಾತನ್ನು ಯಾವಾಗಲೂ ನೆನಪಿಟ್ಟುಕೊಂಡು ಎಲ್ಲ ಟೀಕೆಗಳನ್ನು ಸವಾಲಾಗಿ ಸ್ವೀಕರಿಸಿ ಅದ್ಭುತಗಳನ್ನು ಸಾಧಿಸಿದರು.

ಭಾರತದ ಇನ್ನೋರ್ವ ಹೆಮ್ಮೆಯ ಪುತ್ರ ಬಾಬಾ ಆಮ್ಟೆ ಹೇಳುವಂತೆ ಅವಶ್ಯಕತೆ (need) ದುರಾಸೆ(greed)ಯನ್ನು ಹಿಮ್ಮೆಟ್ಟಿಸಿದರೆ ಸಮಾಜಸೇವೆ ಸಾಧ್ಯವಾಗುತ್ತದೆ. ಇದೇ ಕುರಿಯನ್‌ರ ನಿಲುವೂ ಆಗಿತ್ತು. ತಮ್ಮ ಪುತ್ರಿ ನಿರ್ಮಲಾಳಿಗೆ ಕಡಿಮೆ ಹಣ ಹೊಂದಿರುವುದು ಭೀಕರ ಆದರೆ ತುಂಬಾ ಹೆಚ್ಚು ಹಣ ಹೊಂದಿರುವುದು ಅದಕ್ಕಿಂತ ಅಪಾಯಕಾರಿ, ಏಕೆಂದರೆ ಅದು ನಮ್ಮನ್ನು ಭ್ರಷ್ಟರನ್ನಾಗಿಸುತ್ತದೆ ಎಂದು ಯಾವಾಗಲೂ ಹೇಳುತ್ತಿದ್ದರು.

ಇಂಥ ಒಬ್ಬ ಮಹಾನ್ ಸಾಧಕ ನಮ್ಮ ದೇಶದ ಅಮೂಲ್ಯ ರತ್ನ. ಈ ವ್ಯಕ್ತಿಗೆ ನೀಡದ ಭಾರತ ರತ್ನ ಗಾಂಧೀಜಿಗೆ ನೀಡದ ನೋಬೆಲ್ ಪ್ರಶಸ್ತಿಯಂತೆ ತನ್ನ ಮೌಲ್ಯ ಕಳೆದುಕೊಂಡಿದೆ. ಆದರೆ ಜನರ ಮನಗಳಲ್ಲಿ ಶಾಶ್ವತವಾಗಿ ನೆಲೆಯೂರಿದ್ದಾರೆ ಆತ. ಅವರ ಭೌತಿಕ ಶರೀರಕ್ಕೆ ವಿದಾಯ ಹೇಳಿದ್ದೇವೆ. ಅವರ ಆದರ್ಶಗಳನ್ನು ನಮ್ಮೊಳಗೆ ಬರಮಾಡಿಕೊಳ್ಳಲು ಇದಕ್ಕಿಂತ ಬೇರೆ ಸಮಯವಿದೆಯೇ?

ಪಂಚತಂತ್ರದ ಆಮೆಯೇ ನಮ್ಮ ಗುರುವಾಗಲಿ...

■ ಒಲಂಪಿಕ್ಸ್ ಪಂದ್ಯಗಳು ನೇರಪ್ರಸಾರವಾಗುವ ಸಂದರ್ಭದಲ್ಲಿ ನಾನು ಟಿವಿಯಲ್ಲಿ ಕಣ್ಣು ಬಾಯಿ ಬಿಟ್ಟುಕೊಂಡು ನೋಡುವ ಕ್ರೀಡೆಯೆಂದರೆ ಜಿಮ್ನಾಸ್ಟಿಕ್. ರಬ್ಬರಿನ ಗೊಂಬೆಯನ್ನು ನಮ್ಮ ಕೈಯ್ಯಲ್ಲಿ ಕೊಟ್ಟರೂ ಬಗ್ಗಿಸಲು ಅಸಾಧ್ಯವಾದ ಭಂಗಿಗಳನ್ನು ಲೀಲಾಜಾಲವಾಗಿ ಮಾಡುವ ಆ ತರುಣ ತರುಣಿಯರ ದೇಹದ ಬಳುಕುವ ಸಾಮರ್ಥ್ಯವನ್ನು ನೋಡಿ ಪ್ರತೀ ಬಾರಿಯೂ ಬೆಕ್ಕಸಬೆರಗಾಗುತ್ತೇನೆ. ಸರ್ಕಸ್‌ಗಳಿಗೆ ಹೋದಾಗಲೂ ಅಷ್ಟೇ. ಅಬ್ಬ, ನಮ್ಮಂತಹುದೇ ಮನುಷ್ಯರು ಈ ರೀತಿ ಅದ್ಭುತವಾಗಿ ತಮ್ಮ ಮೈ ಬಗ್ಗಿಸುತ್ತಾರಲ್ಲ ಎಂದು ಹುಬ್ಬೇರಿಸಿ ಮಾತನಾಡಿಕೊಳ್ಳುತ್ತ ವಾಪಾಸು ಬಂದಿದ್ದೇವೆ. ಹೌದು, ಅಸಾಧ್ಯವನ್ನು ಸಾಧ್ಯವಾಗಿಸುವ ಇಂತಹ ಸಾಧನೆಗಳ ಗುಟ್ಟು ಸತತ ಅಭ್ಯಾಸ. ಹಂತಹಂತವಾಗಿ ಯಶಸ್ಸಿನ ಶಿಖರ ತಲುಪಿಸುವ ಈ ನಿರಂತರ ಅಭ್ಯಾಸವನ್ನು

ಶಿಸ್ತು ಎನ್ನುತ್ತೇವೆ. ಶಿಸ್ತು ಎನ್ನುವುದು ಬದುಕಿನ ಎಲ್ಲ ಅದ್ಭುತ ಸಾಧನೆಗಳ ತಾಯಿ.

ಶಿಸ್ತು ಎನ್ನುವುದು ನಮ್ಮ ಕನಸು ಮತ್ತು ಸಾಧನೆಯ ನಡುವಿನ ಸೇತುವೆ. ದಿನವೂ ಆ ಸೇತುವೆಯಲ್ಲಿ ಒಂದಿಷ್ಟು ದೂರ ಕ್ರಮಿಸುವವರು ಸಾಧನೆಯ ತೀರವನ್ನು ಸೇರಿಯೇ ಸೇರುತ್ತಾರೆ. ಅಶಿಸ್ತಿನಿಂದ ಅಧ್ಯಯನ ನಡೆಸುವ ಅತೀ ಮೇಧಾವಿ ಹುಡುಗನಿಗಿಂತ ಶಿಸ್ತಿನಿಂದ ದಿನವೂ ನಿಯಮಿತವಾಗಿ ಓದುವ ಸಾಧಾರಣ ಬುದ್ಧಿಮತ್ತೆಯ ಹುಡುಗ ಹೆಚ್ಚಿನ ಅಂಕ ಗಳಿಸಬಲ್ಲ. ನೂರಕ್ಕೆ ನೂರು ಅಂಕಗಳನ್ನು ಲೀಲಾಜಾಲವಾಗಿ ತೆಗೆಯುವ ಪಿಯುಸಿ ಹುಡುಗಿಯ ಸಾಧನೆಯ ಹಿಂದೆ ದಿನನಿತ್ಯದ ಶಿಸ್ತಿನ ಓದು ಇದೆ. ಶಿಸ್ತಿನಿಂದ ಕೂಡಿದ ಚಿಕ್ಕ ಸೈನ್ಯವೊಂದು ಅಶಿಸ್ತಿನ ದೊಡ್ಡ ಸೈನ್ಯವನ್ನು ಹೇಗೆ ನೆಲಕಚ್ಚಿಸಬಹುದು ಎಂಬುದನ್ನು ಇತಿಹಾಸದ ಓದು ನಮಗೆ ಕಲಿಸಿಕೊಟ್ಟಿದೆ. 'ಶಿಸ್ತನ್ನು ನಿರ್ಲಕ್ಷಿಸಿದ ಸೈನ್ಯ ಸೋಲಿಗೆ ಆಹ್ವಾನ ನೀಡಿದಂತೆ, ಏಕೆಂದರೆ ಸೈನ್ಯವೊಂದರ ಶಿಸ್ತು ಹೇಗಿದೆ ಎನ್ನುವುದರ ಮೇಲೆ ಇತರ ತಂಡದೆದುರಿಗಿನ ಅದರ ಮೇಲರಿಮೆ ತಿಳಿಯುವುದು' ಎನ್ನುತ್ತಾರೆ ಜಾರ್ಜ್ ವಾಷಿಂಗ್ಟನ್.

ಅಷ್ಟೇ ಅಲ್ಲ, ಕಠಿಣ ಪರಿಶ್ರಮದ ಜತೆ ಸೇರಿದ ಶಿಸ್ತಿನ ದಿನಚರಿ ಏನೆಲ್ಲ ಅದ್ಭುತಗಳನ್ನು ಮಾಡಬಹುದೆನ್ನುವುದು ಮನುಷ್ಯನ ಊಹೆಗೂ ಮೀರಿದ್ದು. ಹಾಗಾಗಿ ನಮ್ಮ ಸಮಸ್ಯೆಗಳನ್ನು ಬಗೆಹರಿಸಲು ಯಾವ ಮಂತ್ರದಂಡವೂ ಬೇಕಾಗಿಲ್ಲ. ದಿನನಿತ್ಯದ ಅಧ್ಯಯನ, ನಿರಂತರ ತರಬೇತಿ, ಶಿಸ್ತಿನ ಕೆಲಸ ಇವೆಲ್ಲ ಯಶಸ್ಸಿನ ಜತೆಗಾರರು. ಒಂದೇ ಸಲ ದೊಡ್ಡ ಕೆಲಸವನ್ನು ಮಾಡಲು ಹೊರಡುವವನು ವೈಫಲ್ಯ ಹೊಂದಬಹುದು. ಆದರೆ ಚಿಕ್ಕ ಚಿಕ್ಕ ಕೆಲಸಗಳನ್ನು ನಿರಂತರವಾಗಿ ಮಾಡುವವರು ಸೋಲಲು ಸಾಧ್ಯವೇ ಇಲ್ಲ. ಇಪ್ಪತ್ತೊಂಬತ್ತನೇ ವಯಸ್ಸಿಗೆ ನೃತ್ಯಾಭ್ಯಾಸ ಪ್ರಾರಂಭಿಸಿದ ರುಕ್ಮಿಣಿದೇವಿ ಅರುಂಡೇಲ್ ತನ್ನ ಶಿಸ್ತಿನ ಅಧ್ಯಯನದಿಂದ ಭರತನಾಟ್ಯವನ್ನು ಜಗತ್ಪ್ರಸಿದ್ಧಗೊಳಿಸಿದ್ದು, ಸತತವಾಗಿ ನಿರಂತರ ಅಧ್ಯಯನ ನಡೆಸಿದ ವಿಶ್ವನಾಥನ್ ಆನಂದ್ ಚೆಸ್‌ಗೆ ಅನ್ವರ್ಥವಾದದ್ದು ಅಸಂಖ್ಯ ಉದಾಹರಣೆಗಳಲ್ಲಿ ಎರಡು ಮಾತ್ರ.

ನಾವೆಲ್ಲ ದೊಡ್ಡ ದೊಡ್ಡ ಕನಸು ಕಾಣುತ್ತಿರುತ್ತೇವೆ. ದೊಡ್ಡ ದೊಡ್ಡ ಯೋಜನೆಗಳನ್ನು ಮಾಡುತ್ತಿರುತ್ತೇವೆ. ಆದರೆ ನಮ್ಮ ಭವಿಷ್ಯ, ವರ್ತಮಾನದ ಚಿಕ್ಕ ಚಿಕ್ಕ ಸಂಗತಿಗಳ ಮೊತ್ತವೇ ಆಗಿರುತ್ತದೆ ಎಂಬುದನ್ನು ಮರೆತುಬಿಡುತ್ತೇವೆ. ಎಲ್ಲರೂ ಮುಗಿಬಿದ್ದು ನೋಡಿದ 'ಬಾಹುಬಲಿ' ಚಿತ್ರದಲ್ಲಿ ನಾಯಕ ಚಿಕ್ಕಂದಿನಿಂದಲೂ ಪರ್ವತಗಳನ್ನು ಹತ್ತುವ ಕನಸು ಕಾಣುತ್ತಿರುತ್ತಾನೆ, ಮತ್ತು

ಯಾರು ಎಷ್ಟು ಬೇಡವೆಂದರೂ ಕೇಳದೇ ಶಿಖರವನ್ನು ದಿನನಿತ್ಯವೂ ಸ್ವಲ್ಪಸ್ವಲ್ಪವೇ ಹತ್ತುತ್ತ ಕೊನೆಗೊಮ್ಮೆ ಆ ಬೃಹತ್ ಪರ್ವತವನ್ನೇ ಏರುತ್ತಾನೆ. ಈ ಚಿತ್ರದ ಉದಾಹರಣೆ ಫ್ಯಾಂಟಸಿ ಎನಿಸಿದರೂ ಶಿಸ್ತಿನ ನಿರಂತರ ಪರಿಶ್ರಮ ಕೊನೆಗೆ ಯಶಸ್ಸಿನ ಎವರೆಸ್ಟ್‌ನ ತುತ್ತತುದಿಗೆ ನಮ್ಮನ್ನು ತಲುಪಿಸುತ್ತದೆ ಎನ್ನುವುದಕ್ಕೆ ಸರಿಯಾದ ಉದಾಹರಣೆಯೇ ಆಗಿದೆ.

ನಮ್ಮ ನಿಜವಾದ ಸಾಮರ್ಥ್ಯ ಬೇರೆಯವರನ್ನು ಹತೋಟಿಯಲ್ಲಿಟ್ಟುಕೊಳ್ಳುವುದರಲ್ಲಿಲ್ಲ, ನಮ್ಮನ್ನು ನಾವು ನಿಯಂತ್ರಿಸುವುದರಲ್ಲಿದೆ ಎನ್ನುತ್ತಾನೆ ಲಾವೋತ್ಸು. ನಿಜ, ಶಿಸ್ತು ಎಂದರೆ ಸ್ವನಿಯಂತ್ರಣಕ್ಕೊಳಪಡುವುದು. ಅದಕ್ಕಾಗಿ ಮನಸ್ಸನ್ನು ತಾಲೀಮುಗೊಳಿಸುವುದು. ಕ್ಷಣಿಕ ಸುಖದ ಅಥವಾ ಆರಾಮದ ಪ್ರಲೋಭನೆಯನ್ನು ದೂರದ ಗುರಿಸಾಧನೆಗಾಗಿ ಕೈಬಿಡುವ ಸಾಮರ್ಥ್ಯ ಹೊಂದುವುದು. ಅಡೆತಡೆ ಏನೇ ಇರಲಿ ಅಂದುಕೊಂಡ ಕಾರ್ಯವನ್ನು ಬಿಡದೇ ಮಾಡುವುದು. ನಮ್ಮ ಮನಸ್ಸನ್ನು ನಮ್ಮ ನಿಯಂತ್ರಣದಲ್ಲಿಟ್ಟುಕೊಳ್ಳುವ ಈ ಕೌಶಲದಿಂದ ಸಾಧಿಸಬಹುದಾದದ್ದು ಬಹಳ. ಆದರೆ ಶಿಸ್ತು ಎಂದರೆ ಬಹು ಕಠೋರವಾದದ್ದು ಎಂದು ಬಹಳಷ್ಟು ಜನ ತಿಳಿದುಕೊಂಡಿರುವುದೇ ಸಮಸ್ಯೆಗಳಿಗೆ ಕಾರಣ. ಶಿಸ್ತು ಅತ್ಯಂತ ಸರಳ ಸಂಗತಿಗಳ ಮೊತ್ತ. ಶಿಸ್ತಿನ ಪರಿಣಾಮ ಅತ್ಯಂತ ಆಹ್ಲಾದಕರ. ದಿನನಿತ್ಯವೂ ಶಾಲೆಯಲ್ಲಿ ಹೇಳುವ ಪ್ರಾರ್ಥನೆಯಂತೆ ಅದು. ಎಂಥೆಂಥ ಕಷ್ಟದ ಹಾಡುಗಳನ್ನೆಲ್ಲ ಚಿಕ್ಕಚಿಕ್ಕ ಮಕ್ಕಳೂ ಸರಾಗವಾಗಿ ಹೇಳುವ ಗುಟ್ಟು ಇದೇ. ಸತತ ಅಭ್ಯಾಸ ಗುಡ್ಡವನ್ನೂ ಕರಗಿಸಬಲ್ಲುದು ಎಂಬುದು ಬರೀ ಕಲ್ಪನೆಯ ಮಾತಲ್ಲ. ಹಾಗಂತ ನಾವೇನು ಗುಡ್ಡ ಕಡಿದುಹಾಕಬೇಕೆಂದೂ ಇಲ್ಲ, ನಮ್ಮ ಆಲಸ್ಯವೆಂಬ ಮಹಾಪರ್ವತದ ಒಂದಿಷ್ಟು ಪ್ರಮಾಣವನ್ನು ತೆಗೆದುಹಾಕುತ್ತ ಬಂದರೂ ಸಾಕು, ನಮ್ಮ ಬದುಕಿನ ಹಾದಿಯನ್ನು ನಮಗಿಷ್ಟ ಬಂದಹಾಗೆ ರೂಪಿಸಿಕೊಳ್ಳಬಹುದು.

ಹೇಗೆ ಹೋಗಲಾಡಿಸಿಕೊಳ್ಳುವುದು ಆಲಸ್ಯವನ್ನು? ಸ್ವಯಂಶಿಸ್ತನ್ನು ರೂಢಿಸಿಕೊಳ್ಳುವುದು ಆರಂಭದಲ್ಲಿ ಕಷ್ಟವೆನಿಸುತ್ತದೆ. ಆದರೆ ಅದು ನಾವಂದುಕೊಂಡಿರುವಷ್ಟು ಕಷ್ಟಕರವಲ್ಲ. ಒಂದಿಷ್ಟು ಇಚ್ಛಾಶಕ್ತಿ ಇದ್ದರೆ ಸ್ವಯಂಶಿಸ್ತು ಎನ್ನುವುದು ದಿನನಿತ್ಯದ ಹಿತಕರ ಅಭ್ಯಾಸವಾಗಿಬಿಡುತ್ತದೆ. ಉದಾಹರಣೆಗೆ ವಾಕಿಂಗ್‌ನ ಲಾಭಗಳ ಬಗ್ಗೆ ಉತ್ತೇಜನಕಾರೀ ಲೇಖನವೊಂದನ್ನು ಓದಿ ವಾಕಿಂಗ್ ಹೋಗುವ ನಿರ್ಧಾರವನ್ನೇನೋ ಮಾಡುತ್ತೇವೆ. ಮರುದಿನ ಬೆಳಿಗ್ಗೆಯ ಸಕ್ಕರೆ ನಿದ್ರೆಯನ್ನು ಮುರಿದು ಹಾಸಿಗೆಯಿಂದ ಏಳುವುದು ಸುಲಭವಲ್ಲ. ಆದರೆ ಅದು ಅಸಾಧ್ಯವೂ ಅಲ್ಲ. ಆರಂಭದ ಹದಿನೈದು ದಿನ ಹಾಸಿಗೆಯಿಂದ ಏಳಲು ಒಪ್ಪದ ಮನಸ್ಸನ್ನು

ಓಲ್ಯೆಸಿ ಎದ್ದೆವೆಂದಾದರೆ ಹದಿನಾರನೇ ದಿನ ಆರಾಮಾಗಿ ಏಳುತ್ತೇವೆ. ದೇಹ ಹಗುರವಾದಂತಹ ಭಾವನೆ, ನಾವು ಫಿಟ್ ಆಗುತ್ತಿದ್ದೇವೆಂಬ ನೆಮ್ಮದಿ ಇಡೀ ದಿನ ನಮ್ಮ ಕೆಲಸವನ್ನು ಉತ್ಸಾಹದಿಂದ ಮಾಡುವಂತೆ ಪ್ರೇರೇಪಿಸುತ್ತದೆ. ಆಮೇಲೆ ವಾಕ್ ತಪ್ಪಿಸಿದ ದಿನ ಏನನ್ನೋ ಕಳೆದುಕೊಂಡ ಭಾವನೆ ಬರುತ್ತಿರುತ್ತದೆ.

ಹಾಗಾಗಿ ಯಾವಾಗಲೂ ಮನಸ್ಸು ಹೇಳಿದ್ದನ್ನೇ ಕೇಳಿ ಕೇಳಿ ಅದಕ್ಕೆ ಪ್ರತಿರೋಧದ ಅಭ್ಯಾಸ ಮಾಡಿಸದೇ ಬದುಕನ್ನಿಡೀ ಏನನ್ನೂ ಮಾಡದೇ ಕಳೆದು ಬಿಡುವ ಬದಲು ಮನಸ್ಸಿಗೂ ಒಂದಿಷ್ಟು ಹೊಸ ಅಭ್ಯಾಸಗಳನ್ನು ಮಾಡಿಸೋಣ. ಬಸ್ಸಿನಲ್ಲೋ ರೈಲಿನಲ್ಲೋ ಕುಳಿತಾಗ ವಯಸ್ಸಾದವರೋ, ಗರ್ಭಿಣಿ ಮಹಿಳೆಯೋ ಯಾರೋ ಹತ್ತುತ್ತಾರೆ. ಸೀಟು ಬಿಟ್ಟುಕೊಡಲು ಕಿಂಚಿತ್ತೂ ಮನಸಿಲ್ಲದಿದ್ದರೂ ತಕ್ಷಣ ಎದ್ದು ಸೀಟು ಬಿಟ್ಟುಕೊಡೋಣ. ಅದು ಒಂದು ಒಳ್ಳೆಯ ನಡವಳಿಕೆ ಎನ್ನುವುದಕ್ಕಿಂತ ಹೆಚ್ಚಾಗಿ ನಮಗೆ ಮಾಡಲು ಇಷ್ಟವಿಲ್ಲದ ಏನನ್ನೋ ಮಾಡಿದಂತಾಯಿತಲ್ಲವೇ? ತನ್ಮೂಲಕ ನಮ್ಮ ಮನಸ್ಸು ಮತ್ತು ದೇಹ ಒಡ್ಡುವ ಪ್ರತಿರೋಧಕ್ಕೆ ತಡೆ ಹಾಕಿದಂತಾಯಿತಲ್ಲವೇ? ಸಿಂಕಿನಲ್ಲಿ ರಾಶಿ ಬಿದ್ದ ಪಾತ್ರೆಗಳನ್ನು ತೊಳೆಯುವುದು, ವಾರ್ಡ್‌ರೋಬ್‌ಗಳನ್ನು ಜೋಡಿಸಿಡುವುದು ಮುಂತಾದ ಕೆಲಸಗಳನ್ನು ಮುಂದೂಡದೇ ಮಾಡುವುದು ಇಡೀ ವಾರವನ್ನು ಒತ್ತಡರಹಿತವಾಗಿಸುತ್ತದೆ. ಇಲ್ಲವಾದರೆ ಬೆಳಗ್ಗೆಯೇ ಮನೆ ರಣಾಂಗಣವಾಗಿ ಮಾರ್ಪಟ್ಟು ತೊಂದರೆ ಖಂಡಿತ... ಹನುಮಂತನ ಬಾಲದಂತೆ ಉದ್ದಕ್ಕೆ ಬೆಳೆಯುತ್ತಲೇ ಹೋಗುವ ಧಾರಾವಾಹಿಗಳನ್ನು ನೋಡುವುದನ್ನು ಕೆಲವು ದಿನ ನಿಲ್ಲಿಸಿಬಿಡುವುದು ಬಹಳ ಒಳ್ಳೆಯ ಪ್ರಯೋಗ. ಇವೆಲ್ಲ ಬಹಳ ಸರಳ ಎನಿಸಿದರೂ ನಮ್ಮ ಅಭ್ಯಾಸಗಳನ್ನು ಬದಲಾಯಿಸಿಕೊಳ್ಳುವ ಆಂತರಿಕ ಸಾಮರ್ಥ್ಯ ನಮಗಿದೆಯೆಂಬ ವಿಶ್ವಾಸ ಬೆಳೆಸುವಲ್ಲಿ ಸಹಾಯ ಮಾಡಬಲ್ಲವು.

ಆದರೆ ಶಿಸ್ತಿನ ಹೆಸರಲ್ಲಿ ಮಕ್ಕಳ ಸಹಜ ಬಾಲ್ಯವನ್ನೇ ಕೆಲವರು ಕಸಿಯುತ್ತಾರೆ. ಶಿಸ್ತಿನ ಮೋಹಕ್ಕೆ ಮನೆಯನ್ನೇ ಶೋಕದ ಮಡುವನ್ನಾಗಿ ಮಾಡುವವರೂ ಬಹಳ ಮಂದಿ ಇದ್ದಾರೆ. ಶಿಸ್ತು ನಮ್ಮ ಮೇಲೆ ಹೇರಲ್ಪಡುವ ಹೊರೆಯಲ್ಲ. ಶಿಸ್ತಿನಿಂದ ಇರುವುದು ಎಂದರೆ ಬದುಕನ್ನು ಯಾಂತ್ರಿಕವಾಗಿ ಯಾವುದೇ ಖುಷಿ ಇಲ್ಲದೇ ಕಳೆದುಬಿಡುವುದೂ ಅಲ್ಲ. ಬದುಕಿನ ಕ್ಷಣಗಳನ್ನು ಉತ್ಕಟವಾಗಿ ಜೀವಿಸುತ್ತಲೇ ನಮ್ಮ ಗುರಿಯನ್ನು ಮರೆಯದಿರುವುದು. ನಾವು ಅಂದುಕೊಂಡ ಗುರಿ ಸಾಧಿಸುವವರೆಗೆ ನಮ್ಮ ಬೇಡದ ಹವ್ಯಾಸಗಳು, ಭಾವನೆಗಳು, ಇತರರ ಅಭಿಪ್ರಾಯಗಳು ನಮ್ಮನ್ನು ಗುರಿಯಿಂದ ವಿಚಲಿತರನ್ನಾಗಿಸುವುದೇ ಇರುವುದು. ರೋಮ್ ನಗರವನ್ನು ಒಂದು ರಾತ್ರಿಯಲ್ಲಿ ಕಟ್ಟಲಾಗಿಲ್ಲ

ಎನ್ನುತ್ತಾರೆ. ಕನಸಿನ ಆಶಾಗೋಪುರವೊಂದನ್ನು ಬಿಟ್ಟರೆ ಇನ್ನೇನನ್ನೂ ರಾತ್ರಿಬೆಳಗಾಗುವುದರೊಳಗೆ ಕಟ್ಟಲಾಗುವುದಿಲ್ಲ. ಹಾಗಾಗಿ ನಮ್ಮ ಸ್ವಯಂಶಿಸ್ತು ಸಣ್ಣ ಸಣ್ಣ ಕೆಲಸಗಳ ಮೂಲಕ ನಿಧಾನವಾಗಿ ಪ್ರಾರಂಭವಾಗಲಿ. ಪುಟ್ಟಪುಟ್ಟ ಸೊಟ್ಟಪಟ್ಟ ಹೆಜ್ಜೆಯಿಟ್ಟ ಮಗು ಅದರಿಂದಲೇ ನಡೆಯಲು ಕಲಿಯುವಂತೆ ನಮ್ಮ ಕಲಿಕೆ ಕೂಡ ಇರಬೇಕು. ಶಿಸ್ತಿನ ಬೆಳಕಿನಲ್ಲಿ ಯಶಸ್ಸಿನ ಹಾದಿಯ ಪಯಣ ನಿಧಾನವಾಗಿ ಆರಂಭವಾಗಲಿ. ಆಲಸ್ಯವಿಲ್ಲದ ದೃಢ, ನಿಧಾನ ನಡಿಗೆಯಿಂದಲೇ ಮೊಲವನ್ನು ಹಿಂದಿಕ್ಕಿ ಗುರಿ ಮುಟ್ಟಿದ ಪಂಚತಂತ್ರದ ಆಮೆಯೇ ನಮ್ಮ ಗುರುವಾಗಲಿ.

ಅರ್ಥರಹಿತ ಸ್ಪರ್ಧೆಗೊಂದು ಪೂರ್ಣವಿರಾಮ ಬೇಕಿದೆ

■ ಇದ್ದಕ್ಕಿದ್ದಂತೆ ಸೈಕಲ್ ಹೊಡೆಯುವ ಹುಕಿ ಬಂದು ಖರೀದಿಸಿಯಾಯಿತು. ಬೈಕೇ ಬೇಕು ಎಂಬ ಆಸೆ ಇದ್ದರೂ ಅಪ್ಪ ಒಂಬತ್ತನೇ ಕ್ಲಾಸಿಗೆ ಇವನಿಗೆ ಬೈಕು, ಮತ್ತೇನೂ ಬೇಡವಾ ಎಂದು ಚೆನ್ನಾಗಿ ಉಗಿದಿದ್ದರಿಂದ ಗೇರ್ ಸೈಕಲ್ ಕೊಡಿಸಲು ಗೋಗರೆದು ಕೊಡಿಸಿಕೊಂಡ ಸುಮನ್. ದಿನವೂ ಶಾಲೆ ಬಿಟ್ಟು ಬಂದ ಮೇಲೆ ಸೈಕಲ್ ತುಳಿಯುವುದು ಹವ್ಯಾಸವೇ ಆಗಿಹೋಯಿತು. ಅವತ್ತೊಂದು ಭಾನುವಾರ ಬೆಳಗ್ಗೆ ನಿರ್ಜನ ರಸ್ತೆಯಲ್ಲಿ ಸೈಕಲ್ ತುಳಿಯುತ್ತಿದ್ದ. ಆಗಲೇ ಆತ ಸುಮನ್ ಕಣ್ಣಿಗೆ ಬಿದ್ದದ್ದು. ಸುಮನ್‌ಗಿಂತ ಕಾಲು ಕಿಲೋಮೀಟರ್ ದೂರದಲ್ಲಿ ಆತ ತನ್ನ ಪಾಡಿಗೆ ತಾನು ಸೈಕಲ್‌ನಲ್ಲಿ ಹೋಗುತ್ತಿದ್ದ. ತನಗಿಂತ ಆತ ಸ್ವಲ್ಪ ನಿಧಾನಕ್ಕೇ ಹೋಗುತ್ತಿದ್ದ ಎಂಬುದು ಸುಮನ್‌ನ ಅರಿವಿಗೆ ಬಂತು. ಇನ್ನೊಂದು ಕಿಲೋಮೀಟರ್ ದೂರದಲ್ಲಿ ಸುಮನ್ ಮನೆಯ ಕಡೆ ತಿರುಗುವ ತಿರುವು ಇತ್ತು. ಅಷ್ಟರೊಳಗೆ ಆತನನ್ನು ದಾಟಿ ಮುಂದೆ ಹೋಗುವ

ಹಠಕ್ಕೆ ಬಿದ್ದ ಈ ಹುಡುಗ, ವೇಗವಾಗಿ ಸೈಕಲ್ ತುಳಿಯಲು ಶುರುಮಾಡಿದ. ಕೆಲವೇ ನಿಮಿಷಗಳಲ್ಲಿ ಈತ ಆತನ ಹತ್ತಿರ ಇದ್ದ. ಸುಮಾರು ನೂರು ಮೀಟರ್ ಹಿಂದೆ ಇರುವಾಗ ಸುಮನ್ ಯಾವ ರೀತಿ ಸೈಕಲ್ ತುಳಿದನೆಂದರೆ ಓಲಂಪಿಕ್ಸ್‌ನ ಫೈನಲ್ ರೇಸ್‌ನಲ್ಲಿ ಬಂಗಾರದ ಪದಕಕ್ಕೆ ಸ್ಪರ್ಧಿಸುವವನ ಥರ! ಅಂತೂ ಆತನನ್ನು ಹಿಂದೆಹಾಕಿ ಮುಂದೆ ಹೋಗಿಯೇಬಿಟ್ಟ! ಒಳಗೊಳಗೇ ಇವನಿಗೆ ಖುಶಿ! ಅವನನ್ನು ರೇಸ್‌ನಲ್ಲಿ ಸೋಲಿಸಿಬಿಟ್ಟೆ ಎಂದು ಉಬ್ಬಿದ. ತಾನು ಅವನೊಂದಿಗೆ ಸ್ಪರ್ಧಿಸುತ್ತಿದ್ದೇನೆ ಎಂದು ಅವನಿಗೇ ಗೊತ್ತೇ ಇಲ್ಲ ಎಂಬುದು ಆ ಕ್ಷಣಕ್ಕೆ ಸುಮನ್‌ಗೆ ಮರೆತೇಹೋಗಿತ್ತು! ಈ ಸೈಕಲ್ ರೇಸ್‌ನಲ್ಲಿ ಗೆದ್ದ ಚಾಂಪಿಯನ್ ಆಗಿ ಸುಮನ್ ಗಾಳಿಯಲ್ಲಿ ತೇಲುತ್ತಿರುವಾಗಲೇ ತಾನು ತಮ್ಮ ಮನೆಗೆ ಹೋಗುವ ಕ್ರಾಸ್‌ನಿಂದ ತುಂಬ ದೂರ ಬಂದಿರುವುದು ಗೊತ್ತಾಯಿತು! ಅವನಿಗೆ ಸುಸ್ತಾಗಿತ್ತು. ಆದರೆ ಮತ್ತೆ ವಾಪಾಸು ತಿರುಗಿ ಮನೆಗೆ ಹೋಗಲೇಬೇಕಿತ್ತು. ಅನಾವಶ್ಯಕವಾಗಿ ಬೇಡದ ಕೆಲಸ ಮಾಡಿದೆನಲ್ಲ ಎಂದು ತನ್ನನ್ನು ತಾನು ಬೈದುಕೊಳ್ಳುತ್ತಾ ಸೈಕಲ್ ತಿರುಗಿಸಿ ಮನೆಕಡೆ ಹೊರಟ.

ಈಗ ಒಂದು ಕೆಲಸ ಮಾಡೋಣ. ಸುಮನ್ ಎನ್ನುವ ಹೆಸರು ತೆಗೆದು ನಮ್ಮ ನಮ್ಮ ಹೆಸರು ಹಾಕಿಕೊಳ್ಳೋಣ. ಎಲ್ಲೋ ಒಂದು ಕಡೆ ನಮಗೂ ಈ ಕಥೆ ರಿಲೇಟ್ ಆಗುತ್ತದೆ ಎನ್ನಿಸುತ್ತಿದ್ದರೆ, ಹೌದು ನೀವು ಸರಿಯಾಗಿಯೇ ಯೋಚಿಸುತ್ತಿದ್ದೀರಿ. ಏಕೆಂದರೆ ನಮ್ಮ ಜೀವನದಲ್ಲೂ ಬಹಳಷ್ಟು ಬಾರಿ ಈ ರೀತಿ ಆಗುತ್ತಿರುತ್ತದೆ. ಅರ್ಥರಹಿತ ಸ್ಪರ್ಧೆಯನ್ನು ನಾವೇ ಕಲ್ಪನೆ ಮಾಡಿಕೊಂಡು ಇಲ್ಲದ ಗುರಿ ತಲುಪಲು ನಮ್ಮೆಲ್ಲ ಶಕ್ತಿಯನ್ನೂ ಉಪಯೋಗಿಸಿ ಗೆಲ್ಲಲು ಹರಸಾಹಸ ಪಡುತ್ತಿರುತ್ತೇವೆ. ಸಣ್ಣ ಮಟ್ಟದ ಒಂದು ಉದಾಹರಣೆಯನ್ನೇ ನೋಡೋಣ. ಕಾರಣವಿಲ್ಲದೇ ಸಂಬಂಧವಿಲ್ಲದ ಜನರೊಂದಿಗೆ ಸ್ಪರ್ಧೆಗಿಳಿಯುವುದು ಮತ್ತು ಅನವಶ್ಯಕ ತೊಂದರೆಗಳನ್ನು ಆಹ್ವಾನಿಸಿಕೊಳ್ಳುವುದು ಮನುಷ್ಯನ ಮೂಲಭೂತ ಮಾನಸಿಕ ಅವಸ್ಥೆಗಳಲ್ಲೊಂದು ಎಂಬುದನ್ನು ದಿನೇದಿನೇ ಸಾಬೀತು ಮಾಡುತ್ತಿರುವ ಉದಾಹರಣೆಯಿದು. ಗಾಡಿ ಓಡಿಸುವ, ಅಥವಾ ಓಡಿಸುವವರ ಪಕ್ಕಕ್ಕೆ ಕುಳಿತವರಿಗೆ ಆಗಾಗ್ಗೆ ಅನುಭವಕ್ಕೆ ಬರುತ್ತಿರುತ್ತದೆ. ಮುಂದೆ ಹೋಗುವ ಬೈಕು ಕಾರುಗಳನ್ನು ಓವರ್ ಟೇಕ್ ಮಾಡದಿದ್ದರೆ ತಾವು ಡ್ರೈವಿಂಗ್ ಕಲಿತದ್ದೇ ವ್ಯರ್ಥ ಎಂಬ ಮೂರ್ಖ ಭಾವನೆ ಬಹಳಷ್ಟು ಮಂದಿಯಲ್ಲಿ ಇರುತ್ತದೆ. ಈ ಗುರಿಯಿಲ್ಲದ ಹುಚ್ಚು ರೇಸಿನ ಕಾರಣಕ್ಕೇ ಆಗುವ ಅಪಘಾತಗಳು, ಸಾವುನೋವುಗಳು ಲೆಕ್ಕವಿಲ್ಲದಷ್ಟು. ಎದುರಿಗಿರುವವನ ಗುರಿ ಬೇರೆ, ನಮ್ಮ ಗಮ್ಯ ಬೇರೆ. ಆದರೂ ಅವರು ನಮ್ಮ ಪ್ರತಿಸ್ಪರ್ಧಿ ಎಂಬ ಭಾವನೆ. ದೊಡ್ಡ ಕಾರಿನವನು ಇವನೇನು ಚಿಕ್ಕ ಕಾರಿನವನು ನನ್ನನ್ನು ಓವರ್ ಟೇಕ್ ಮಾಡುವುದು ಎಂದು ಹಲ್ಲು ಮಸೆಯುತ್ತ ಇನ್ನೂ ಜೋರಾಗಿ ಎಕ್ಸಲರೇಟರ್

ಒತ್ತುವುದೂ, ಚಿಕ್ಕ ಕಾರಿನವನು ಹೇಗೆ ಆ ನನ್ಮಗನ ದೊಡ್ಡ ಕಾರನ್ನು ಹಿಂದೆ ಹಾಕಿಬಿಟ್ಟೆ ಎಂದು ಬೀಗುತ್ತ ಬ್ರೇಕ್ ಹಾಕುವ ಸಾಮರ್ಥ್ಯ ಇಲ್ಲದ ಕಾರನ್ನು ನೂರರ ಮೇಲೆ ಓಡಿಸುವುದೂ ಆಗುತ್ತಲೇ ಇರುತ್ತದೆ. ಓವರ್‌ಟೇಕ್ ಮಾಡಲು ಹೋಗಿ ತಮ್ಮ ಹಾಗೂ ಅಮಾಯಕರ ಪ್ರಾಣದ ಜತೆ ಚೆಲ್ಲಾಟವಾಡುವ ಮೂರ್ಖರ ಸಂಖ್ಯೆ ದಿನದಿನವೂ ಹೆಚ್ಚುತ್ತಿರುವುದು ಅಪಾಯಕಾರಿ.

ಈ ಮೇಲಿನ ಘಟನೆಯನ್ನು ಇನ್ನೂ ವಿಶಾಲವಾಗಿ ನೋಡಿದಾಗ ಅನ್ನಿಸುವುದು ನಾವೂ ಈ ಅನವಶ್ಯಕ ರೇಸ್‌ನಲ್ಲಿ ಇದ್ದೇವೆ ಅಷ್ಟೇ ಅಲ್ಲ ನಮ್ಮ ಅಮೂಲ್ಯ ಸಮಯ ಶ್ರಮವನ್ನು ವ್ಯರ್ಥ ಮಾಡಿಕೊಳ್ಳುತ್ತಿದ್ದೇವೆ. ನಮ್ಮ ಸಹೋದ್ಯೋಗಿಗಳು, ಒಡಹುಟ್ಟಿದವರು, ಸ್ನೇಹಿತರು, ನೆರೆಹೊರೆಯವರು, ಸಂಬಂಧಿಕರು ಎಲ್ಲರಿಗಿಂತ ಈ ಬದುಕಿನಲ್ಲಿ ಮುಂದೆ ಓಡಬೇಕೆಂದು ಬಯಸುತ್ತೇವೆ. ಅವರೆಲ್ಲರಿಗಿಂತ ಯಶಸ್ಸು ಪಡೆಯಬೇಕೆಂದು, ದೊಡ್ಡ ಮನುಷ್ಯರಾಗಬೇಕೆಂದು ಹಗಲಿರುಳೂ ಊಟ ನಿದ್ರೆ ಬಿಟ್ಟು ದುಡಿಯುತ್ತೇವೆ. ಹಣದ ಹಿಂದೆ ಓಡುತ್ತೇವೆ. ಆದರೆ ಆ ಓಟದಲ್ಲಿ ನಮ್ಮ ಶಾಂತಿಯನ್ನು ನೆಮ್ಮದಿಯನ್ನು ಕಳೆದುಕೊಳ್ಳುತ್ತೇವೆ. ಸೈಕಲ್ ರೇಸ್‌ನಲ್ಲಿ ಮುಂದೆ ಹೋದ ಹುಡುಗ ತನ್ನ ಮನೆಯ ದಾರಿ ದಾಟಿ ಮುಂದೆ ಹೋದ ಹಾಗೆಯೇ ನಾವೂ ಬದುಕಿನ ಅಮೂಲ್ಯ ಸಂಗತಿಗಳನ್ನು ಕಳೆದುಕೊಳ್ಳುತ್ತೇವೆ. ಕೆಲವು ಸಲ ಬೇರೆಯವರ ಜತೆ ಯುದ್ಧ ಮಾಡಲು ಹೋಗಿ ನಮ್ಮ ಬದುಕಿನ ಗಮ್ಯಗಳನ್ನೇ ಮರೆತುಬಿಟ್ಟು ಬೇಡದ ಸಂಗತಿಗಳಲ್ಲೇ ವ್ಯಸ್ತರಾಗಿಬಿಡುತ್ತೇವೆ.

ಹಾಗಂತ ಯಶಸ್ಸು ಬೇಡವೇ? ನಾವು ಏನನ್ನಾದರೂ ಸಾಧಿಸುವುದು ಬೇಡವೇ ಎಂದರೆ ಖಂಡಿತ ಬೇಕು. ಮಾನವ ಜನ್ಮ ದೊಡ್ಡದು ಅದನ್ನು ಹಾಳು ಮಾಡಿಕೊಳ್ಳಬಾರದು ಎಂಬ ಪ್ರಜ್ಞೆ ಎಲ್ಲರಿಗೂ ಇರಬೇಕು. ಯಾವಾಗ ನಾವು ಬೇರೆಯವರಿಗಿಂತ ಮುಂದೆ ಹೋಗಲು, ಬೇರೆಯವರಿಗಿಂತ ನಾವು ಯಶಸ್ವಿಗಳು ಎಂದು ತೋರಿಸಿಕೊಳ್ಳಲು ಬಯಸುತ್ತೇವೆಯೋ ಆಗ ನಿಜವಾದ ಸಮಸ್ಯೆ ಶುರುವಾಗುವುದು. ಏಕೆಂದರೆ ಈ ಸ್ಪರ್ಧೆಯೆನ್ನುವುದು ಮುಗಿಯದ ವೃತ್ತ. ನೀವು ಯಾವ ಕಾರು ತೆಗೆದುಕೊಂಡರೂ ನಿಮಗಿಂತ ಉತ್ತಮ ಕಾರು ಹೊಂದಿರುವವರು ಇದ್ದೇ ಇರುತ್ತಾರೆ. ಎಷ್ಟೇ ದುಡ್ಡು ಸಂಪಾದಿಸಿದರೂ ಅದನ್ನು ತಿಂಗಳ ಖರ್ಚು ಎಂದುಕೊಂಡಿರುವವರು ಸಿಗುತ್ತಾರೆ. ಇನ್ನು ಸೆಲೆಬ್ರಿಟಿಯಾಗಿಬಿಟ್ಟಿರಾ? ನಿಮ್ಮನ್ನು ಗುರುತೇಹಿಡಿಯದ ಸ್ಥಳಗಳೇ ಜಗತ್ತಿನಲ್ಲಿ ತುಂಬಿರುತ್ತವೆ ಮತ್ತು ಜಗತ್ತೇ ಗುರುತಿಸುವಂತಹ ಸೆಲೆಬ್ರಿಟಿಗಳು ಬೇಕಾದಷ್ಟು ಜನರಿದ್ದಾರೆ!!

ಯಶಸ್ಸು ಎಂದರೆ ಬೇರೆಯವರಿಗಿಂತ ನಮ್ಮ ಪ್ರದರ್ಶನ ಉತ್ತಮವಾಗಿರುವುದು ಎಂಬುದು ಸಾಮಾನ್ಯ ಭಾವನೆ. ಆದರೆ ಅದು ಎಲ್ಲ

ಸಂದರ್ಭದಲ್ಲೂ ನಿಜವಾಗಿರುವುದಿಲ್ಲ. ಮೊದಲ ರ್‍ಯಾಂಕ್ ಪಡೆಯುವ ಮಗು ಎರಡನೇ ರ್‍ಯಾಂಕ್ ಪಡೆವ ಮಗುವಿಗಿಂತ ಅಂಕ ಹೆಚ್ಚು ಗಳಿಸಿರಬೇಕು ಎಂಬುದು ಎಲ್ಲರಿಗೂ ಗೊತ್ತಿರುವ ವಿಚಾರ. ಅಂದರೆ ಎರಡನೇ ರ್‍ಯಾಂಕ್ ಪಡೆದ ಮಗುವಿನ ಅಂಕಗಳ ಮೇಲೆ ಮೊದಲ ರ್‍ಯಾಂಕ್ ನಿರ್ಧಾರಿತವಾಗುತ್ತದೆ. ಮತ್ತೊಬ್ಬರ ಅಂಕ ಕಡಿಮೆಯಾಗಲಿ ಎಂದು ಮನಸ್ಸು ಹಾರೈಸತೊಡಗುತ್ತದೆ. ಇಂದು ನಮ್ಮ ಪಾಲಕರು ತಮ್ಮ ಮಕ್ಕಳಿಗೆ ಅವರ ತರಗತಿಯ ಬುದ್ಧಿವಂತ ಮಕ್ಕಳ ಹೆಸರು ಹೇಳಿ ಹೇಳಿ ಅವರಿಗಿಂತ ನೀನು ಜಾಸ್ತಿ ತೆಗೆಯಬೇಕು ಎನ್ನುತ್ತ ಅನಾರೋಗ್ಯಕರ ಪೈಪೋಟಿ ಬೆಳೆಸುತ್ತಿದ್ದಾರೆ. ಅದರ ಬದಲು ಮಗುವಿನ ವೈಯಕ್ತಿಕ ಸುಧಾರಣೆಯತ್ತ ಗಮನ ಹರಿಸಿದರೆ ಆರೋಗ್ಯಕರ ಫಲಿತಾಂಶ ಸಾಧ್ಯ.

ಬದುಕಿನ ಸತ್ಯಗಳೂ ಇಷ್ಟೇ ಸರಳ! ನಿನ್ನೆಯ ದಿನಕ್ಕಿಂತ ಇವತ್ತಿನ ದಿನವನ್ನು ನಾನು ಸಮರ್ಪಕವಾಗಿ ಬಳಸಿಕೊಂಡರೆ ಅದು ನನ್ನ ಯಶಸ್ಸು. ನಮ್ಮನ್ನು ನಾವು ದಿನದಿನವೂ ಉತ್ತಮಪಡಿಸಿಕೊಳ್ಳುತ್ತ ಹೋಗುವುದೇ ಜಗತ್ತಿನ ಎಲ್ಲ ಸಾಧಕರೂ ಹೇಳಿರುವ ಕಿವಿಮಾತು. ಎಡಿಸನ್ ತಾನು ಕಂಡುಹಿಡಿಯಬೇಕಾದ ಬಲ್ಬ್‌ಗೆ ಯಾವ ಲೋಹವನ್ನು ಉಪಯೋಗಿಸಲಿ ಎಂದು ತಲೆಕೆಡಿಸಿಕೊಂಡು ಒಂದು ದಿನ ಚಿನ್ನದ ತಂತಿ, ಇನ್ನೊಂದು ದಿನ ಬೆಳ್ಳಿಯದು, ಮತ್ತೊಂದು ದಿನ ತಾಮ್ರದ್ದನ್ನು ಉಪಯೋಗಿಸುತ್ತ ದಿನದಿನವೂ ಪ್ರಯೋಗ ಮಾಡುತ್ತಾ ಹೋದ. ಕೊನೆಗೊಂದು ದಿನ ಸಾವಿರಾರು ಪ್ರಯೋಗಗಳ ನಂತರ ಟಂಗ್‌ಸ್ಟನ್ ಬಳಸಿ ಜಗತ್ತನ್ನೇ ಬೆಳಗುವ ಬಲ್ಬ್ ಕಂಡುಹಿಡಿದ. ದಿನವೂ ತನ್ನನ್ನು ತಾನು ಉತ್ತಮಪಡಿಸಿಕೊಂಡುದಕ್ಕೆ ಆತ ಸಾಧನೆಯ ಶಿಖರವೇರಿದ. ಮಧ್ಯೆ ಒಂದು ದಿನ ಬೇಸರವಾಗಿ ತಾನು ಬೇರೆ ಯಾರೋ ವಿಜ್ಞಾನಿಯ ಜತೆ ಸ್ಪರ್ಧೆ ಮಾಡಲು ಹೊರಟು ಮಾಡಿದ ಕೆಲಸ ಅರ್ಧಕ್ಕೆ ಬಿಟ್ಟು ಬೇರೆ ಮಾಡಲು ಹೊರಟಿದ್ದರೆ ನಾವು ಎಡಿಸನ್ ಹೆಸರನ್ನೇ ಕೇಳಿರುತ್ತಿರಲಿಲ್ಲ!

ಹಾಗಾಗಿ ನಮ್ಮ ಪಾಲಿಗೆ ಬಂದುದ್ದನ್ನು ಪಡೆದು ನಮ್ಮ ಪರಿಸ್ಥಿತಿಯನ್ನು ಉತ್ತಮಗೊಳಿಸಲು ಪ್ರಯತ್ನಿಸೋಣ. ಬೇರೆಯವರನ್ನು ಸೋಲಿಸಲು ಅಲ್ಲ, ನಿನ್ನೆಗಿಂತ ಇಂದು ಇಂದಿಗಿಂತ ನಾಳೆ ನಮ್ಮನ್ನು ನಾವು ಉತ್ತಮಗೊಳಿಸಿಕೊಳ್ಳಲು! ಬದುಕಿನ ಓಟದಲ್ಲಿ ಓಡೋಣ, ನಮ್ಮ ಜತೆಗಾರರಿಗೂ ಶುಭ ಕೋರೋಣ.

ಐನ್‌ಸ್ಟೈನ್ ಹೇಳಿದ ಯಶಸ್ಸಿನ ಸೂತ್ರ!!

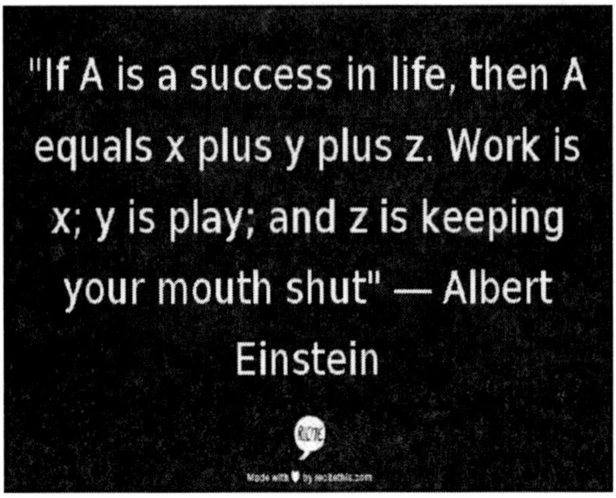

ಒಂದೂರಿನಲ್ಲಿ ಒಬ್ಬ ವ್ಯಕ್ತಿಯಿದ್ದ. ಅವನು ಒಂದು ದಿನ ಪಕ್ಕದ ಊರಿಗೆ ಹೋಗಿ ವಾಪಾಸ್ ಬಂದಾಗ ಅವನ ಮನೆ ಬೆಂಕಿಯ ಜ್ವಾಲೆಗಳಿಗೆ ಸಿಕ್ಕು ಧಗಧಗನೆ ಉರಿಯುತ್ತಿರುತ್ತದೆ.

ಅವನದ್ದು ಪಟ್ಟಣದ ಸುಂದರ ಮನೆಗಳಲ್ಲಿ ಒಂದಾಗಿರುತ್ತದೆ. ಅವನಿಗೆ ತನ್ನ ಮನೆಯೆಂದರೆ ಬಹು ಇಷ್ಟ. ಆ ಮನೆಯ ಸೌಂದರ್ಯಕ್ಕೆ ಮಾರುಹೋದ ಬಹುತೇಕರು ದುಪ್ಪಟ್ಟು ಬೆಲೆಗೆ ಅದನ್ನು ಕೇಳಿದ್ದರೂ ಆತ ಅದನ್ನು ಮಾರುವ ಯೋಚನೆ ಮಾಡಿರಲಿಲ್ಲ. ಅಂತಹ ಮನೆ ಈಗ ಅವನ ಕಣ್ಣೆದುರೇ ಬೂದಿಯಾಗುತ್ತಿತ್ತು. ಬೆಂಕಿ ಎಷ್ಟರ ಮಟ್ಟಿಗೆ ಹಬ್ಬಿತ್ತೆಂದರೆ ಅದನ್ನು ನಂದಿಸಿದರೂ ಏನೂ ಉಳಿಯುವ ಸಾಧ್ಯತೆ ಇರಲಿಲ್ಲ. ಆತ ದುಃಖಿತನಾಗಿ ಉರಿಯುವ ಮನೆಯನ್ನೇ ನೋಡುತ್ತ ನಿಂತ. ಅವನೆದೆಯಲ್ಲೂ ಬೆಂಕಿ ಉರಿಯುತ್ತಿತ್ತು.

ಅವನ ಹಾಗೆಯೇ ಅಲ್ಲಿ ಸಾವಿರಾರು ಜನ ಸೇರಿದ್ದರು. ಅಷ್ಟರಲ್ಲಿ ಅವನ ಮಗ ಓಡುತ್ತ ಬಂದ.

'ಅಪ್ಪಾ ತಲೆಕೆಡಿಸಿಕೊಳ್ಳಬೇಡ, ನಾನು ನಿನ್ನೆಯೇ ಈ ಮನೆ ಮಾರಿಬಿಟ್ಟೆ. ಮೂರು ಪಟ್ಟು ಹಣ ಕೊಡುತ್ತೇನೆಂದಾಗ ನಿನ್ನನ್ನು ಕೇಳಲೇ ಇಲ್ಲ ಕ್ಷಮಿಸು'.

ಅಬ್ಬ, ಒಳ್ಳೆಯದಾಯಿತು ಮಾರಾಯ ಎಂದು ಉಸಿರೆಳೆದುಕೊಂಡ ಆತ. ಈಗ ಆತ ಉರಿವ ಮನೆಯನ್ನು ನೋಡುವ ನೋಡುಗ ಮಾತ್ರ! ಅವನಿಗೂ ಉಳಿದ ಸಾವಿರಾರು ಮಂದಿಗೂ ಯಾವ ವ್ಯತ್ಯಾಸವೂ ಇಲ್ಲ! ಒಂದೇ ಕ್ಷಣದ ಹಿಂದೆ ಜೀವವೇ ಹೋದವರಂತೆ ಆತ ದುಃಖಿತನಾಗಿದ್ದ. ಇದೀಗ ಆರಾಮಾಗಿದ್ದಾನೆ. ಮನೆ ಅದೇ, ಬೆಂಕಿಯೂ ಅದೇ ಪರಿಸ್ಥಿತಿಯೂ ಅದೇ. ಆದರೆ ಜೀವಕ್ಕೆ ಜೀವವಾಗಿದ್ದ ಮನೆ ಈಗ ಅವನಿಗೆ ಸಂಬಂಧಿಸಿದ್ದಲ್ಲ!! ಯಾರ ಮನೆ ಹಾಳಾದ್ರೆ ನಮಗೇನು ಅಂತ ಉರಿವ ಮನೆಯನ್ನು ನೋಡಿ ಎಂಜಾಯ್ ಮಾಡುವವರೇ ತುಂಬಿದ್ದ ಗುಂಪಿನಲ್ಲೀಗ ಅವನೂ ಒಬ್ಬನಾದ! ಎಂಥ ಆಶ್ಚರ್ಯ!

ಅದೇ ವೇಳೆಗೆ ಅವನ ಎರಡನೇ ಮಗ ಬಂದ. 'ಅಯ್ಯೋ ಅಪ್ಪಾ ಏನಾಗಿಹೋಯ್ತು? ಅರೇ, ನೀವೆಲ್ಲ ಯಾಕೆ ಆರಾಮಾಗಿದೀರಲ್ಲ?' ಎಂದು ಕೇಳಿದ. 'ಯೋಚನೆ ಮಾಡಬೇಡ ಮಾರಾಯ, ನಿನ್ನ ಅಣ್ಣ ನಿನ್ನೆಯೇ ಮನೆ ಮಾರಿಬಿಟ್ಟಿದ್ದಾನೆ' ಎಂದ ಅಪ್ಪ. 'ಅಯ್ಯೋ ಅಪ್ಪಾ, ಅವನು ಬರೀ ಅಡ್ವಾನ್ಸ್ ಕೊಟ್ಟಿದ್ದಾನೆ, ಸುಟ್ಟು ಹೋದ ಮನೆಯನ್ನು ಅವನು ಈಗ ಯಾಕೆ ಕೊಂಡುಕೊಳ್ಳುತ್ತಾನೆ?'

ಅರೇ, ಮತ್ತೆ ಪರಿಸ್ಥಿತಿ ಬದಲಾಯಿತು!! ನಗು ಮತ್ತೆ ಕಂಬನಿಯಾಯಿತು. ಕಡಿಮೆಯಾಗಿದ್ದ ಒತ್ತಡ ಹೆಚ್ಚಾಯಿತು!!

ಆಗ ಅವನ ಮೂರನೇ ಮಗ ಬಂದು ಹೇಳಿದ, 'ಅಪ್ಪಾ ನಮ್ಮ ಮನೆ ಖರೀದಿಸಿರುವ ವ್ಯಕ್ತಿ ನಿಜಕ್ಕೂ ಗ್ರೇಟ್!! ಮಾತು ಕೊಟ್ಟಾದ ಮೇಲೆ ಮುಗಿಯಿತು. ಮನೆ ನನ್ನದೇ. ಮನೆಗೆ ಬೆಂಕಿ ಬೀಳುತ್ತದೆಂದು ನನಗೂ ಗೊತ್ತಿರಲಿಲ್ಲ, ನಿಮಗೂ ಗೊತ್ತಿರಲಿಲ್ಲ ಅಲ್ವಾ? ಹಾಗಾಗಿ ನಾನು ಮಾತಾಡಿದಷ್ಟು ಹಣ ಕೊಡುತ್ತೇನೆ' ಎಂದಿದ್ದಾನೆ ಅಪ್ಪಾ.

ಮರುಕ್ಷಣ ಮತ್ತೆ ಪರಿಸ್ಥಿತಿ ಬದಲಾಯಿತು.

ಆಗಿನಿಂದ ಕಥೆ ಓದುತ್ತಿದ್ದೀರಲ್ಲ, ಮನೆ ಉರಿಯುತ್ತಲೇ ಇದೆ. ಜನ ನೋಡುತ್ತಲೇ ಇದ್ದಾರೆ. ಕ್ಷಣಕ್ಷಣಕ್ಕೂ ಬದಲಾಗುತ್ತಿರುವುದು ಮಾಲಿಕನ ಮನಸ್ಸು ಮಾತ್ರ. ಹಾಗಂತ ಅವು ಯಾವವೂ ಅವನ ಸ್ವಂತ ವಿಚಾರಗಳಲ್ಲ, ಒಬ್ಬೊಬ್ಬ ಮಗ ಹೇಳಿದಾಗಲೂ ಒಂದೊಂದು ರೀತಿ.

ನಾವೆಲ್ಲ ಆ ಮನೆಯ ಯಜಮಾನನಂಥವರೇ! ಸಮುದ್ರದ ಭೀಕರ ಅಲೆಗಳನ್ನು ಟಿವಿಯಲ್ಲಿ ನೋಡುವಾಗ ನಮಗೆ ಭಯವಾಗುವುದಿಲ್ಲ. ನಾವು ಸುರಕ್ಷಿತ ಜಾಗದಲ್ಲಿದ್ದರೆ ಕಡಲತೀರದ ತುಸು ದೂರ ನಿಂತಿದ್ದರೂ

ಹೆದರಿಕೆಯಾಗುವುದಿಲ್ಲ. ಆದರೆ ನಮ್ಮ ಮಗನೋ ಅಣ್ಣನೋ ಆ ಸುನಾಮಿಯಲ್ಲಿ ಸಿಕ್ಕಿಹಾಕಿಕೊಂಡರೆ? ದೂರದ ಅಮೆರಿಕದಲ್ಲಿದ್ದರೂ ಚೆನ್ನೈನ ಸುನಾಮಿ ಎದೆ ನಡುಗಿಸುತ್ತದೆ. ಉತ್ತರಪ್ರದೇಶದಲ್ಲಿ ರೈಲು ಅಪಘಾತವಾದರೆ ಛೇ ಎಂದು ಹೇಳಿ ಚಾನೆಲ್ ಬದಲಾಯಿಸಿ ಊಟ ಮಾಡುತ್ತೇವೆ. ಅವರೆಡೆಗಿನ ನಮ್ಮ ಕನಿಕರ ಅರೆಕ್ಷಣದ್ದು. ಆದರೆ ಅದೇ ನಮ್ಮ ಆತ್ಮೀಯರು ರೈಲಿನಲ್ಲೇ ಉತ್ತರಭಾರತ ಯಾತ್ರೆಗೆ ಹೋಗಿದ್ದರೆ ಎದೆ ನಡುಗಲಾರಂಭಿಸುತ್ತದೆ. ರೈಲು ಅದೇ ಅಪಘಾತವೂ ಅದೇ. ಆದರೆ ಅದರಲ್ಲಿ ನಮ್ಮವರು ಇದ್ದಾರೋ ಇಲ್ಲವೋ ಎಂಬುದು ನಮ್ಮ ಮನಸ್ಸಿನ ಮೇಲೆ ಪರಿಣಾಮ ಬೀರುವಂಥ ಸಂಗತಿ!

ಇವೆಲ್ಲ ನೇರವಾಗಿ ಸಂಬಂಧಿಸುವ ಭೌತಿಕ ಸಂಗತಿಗಳು ಬಿಡಿ! ಆದರೆ ನೇರವಾಗಿ ತಮಗೆ ಸಂಬಂಧವೇ ಇಲ್ಲದ ಹಲವು ಸಂಗತಿಗಳ ಬಗ್ಗೆ ಜನರು ತಲೆಕೆಡಿಸಿಕೊಳ್ಳುವುದನ್ನು ನೋಡಿದರೆ ಆಶ್ಚರ್ಯವಾಗುತ್ತದೆ. ಸ್ವರ್ಗವನ್ನು ನರಕ, ನರಕವನ್ನು ಸ್ವರ್ಗವಾಗಿಸುವುದು ಮನಸ್ಸೇ ಹೊರತು ಬೇರಲ್ಲ ಎಂಬ ಮಿಲ್ಟನ್ ಮಹಾಕವಿಯ ಮಾತು ಆಹಾ ಚೆನ್ನಾಗಿದೆ ಎಂದು ನಮಗೆ ಅನ್ನಿಸುತ್ತದೆಯೇ ವಿನಃ ಅದನ್ನು ಚೂರು ಅರ್ಥ ಮಾಡಿಕೊಂಡರೆ ಬದುಕು ಬಂಗಾರವಾಗುತ್ತದೆ ಎಂದು ಗೊತ್ತಾಗುವುದೇ ಇಲ್ಲ!! ಬಹುಶಃ ಇದೇ ಬದುಕು. ಹಲವಾರು ಸಂಗತಿಗಳನ್ನು ನಾವು ಮೇಲುಮೇಲಕ್ಕೆ ಇಷ್ಟ ಪಟ್ಟಿರುತ್ತೇವೆ. ಆಳಕ್ಕೆ ಹೋಗಿ ನೋಡುವ ಪ್ರಯತ್ನ ಮಾಡುವುದೇ ಇಲ್ಲ. ಒಬ್ಬ ಬಾವಿ ತೋಡಲು ಹೊರಟಿರುತ್ತಾನೆ. ಇಪ್ಪತ್ತು ಅಡಿ ಬಾವಿ ತೋಡಿ ಅರೇ ಅವರ ಬಾವಿಯಲ್ಲಿ ಹದಿನೆಂಟು ಅಡಿಗೇ ನೀರು ಬಂದಿತ್ತಲ್ಲಾ, ಇಲ್ಯಾಕೆ ಬರಲಿಲ್ಲ ಈ ಜಾಗವೇ ಸರಿಯಿಲ್ಲ ಎಂದು ಹಾರೆ ಎಸೆದು ಹ್ಯಾಪು ಮೋರೆ ಹಾಕಿಕೊಂಡು ಮತ್ತೊಂದು ಜಾಗ ಹುಡುಕುತ್ತಾನೆ. ಅಲ್ಲೇ ಇನ್ನೊಂದೇ ಒಂದು ಮುಕ್ಕಾಲು ಅಡಿಯ ಕೆಳಗೆ ಅಮೃತದಂತಹ ಜೀವಜಲ ಸದ್ದಿಲ್ಲದೇ ಜಿನುಗುತ್ತಿದ್ದುದು ಅವನಿಗೆ ಕೊನೆಯವರೆಗೂ ಗೊತ್ತಾಗುವುದೇ ಇಲ್ಲ. ಕಾರಣ, ಪಕ್ಕದಮನೆಯವನ ಬಾವಿಯಲ್ಲಿ ಎಷ್ಟು ಅಡಿಗೆ ನೀರು ಬಂತು ಎಂಬುದನ್ನು ಆತ ತಲೆತುಂಬಾ ತುಂಬಿಕೊಂಡಿದ್ದನಲ್ಲ!!

ಸುಮ್ಮನೆ ಯೋಚಿಸೋಣ, ನಮ್ಮನ್ನು ಸಂಕಷ್ಟಕ್ಕೀಡಾಗಿಸುವ ಯೋಚನೆಗಳಲ್ಲಿ ಎಷ್ಟು ನಮ್ಮವು ಎಷ್ಟು ಇತರರಿಂದ ಕಡ ಪಡೆದವು ಎಂದು ಯೋಚನೆ ಮಾಡಿದರೆ ಆಶ್ಚರ್ಯವಾಗುವುದಂತೂ ಹೌದು! ಬೇರೆಯವರು ತಮ್ಮ ಬಗ್ಗೆ ಏನನ್ನಾದರೂ ಕಹಿಯಾಗಿ ಹೇಳಿದರೆ ಅದನ್ನೇ ಮನಸಿಗೆ ಹಚ್ಚಿಕೊಂಡು ಹಿಂದೆಮುಂದೆ ನೋಡದೇ ಆತ್ಮಹತ್ಯೆ ಮಾಡಿಕೊಂಡವರಿದ್ದಾರೆ. ಮಾನಸಿಕ ರೋಗಿಗಳಾದವರಿದ್ದಾರೆ. ವಾರಗಳನ್ನು ತಿಂಗಳುಗಳನ್ನು ಅಷ್ಟೇ ಏಕೆ ವರ್ಷಗಳನ್ನೇ ಹಾಳುಮಾಡಿಕೊಂಡವರಿದ್ದಾರೆ. ಯಾವ ಕೆಲಸ ಮಾಡುವಾಗಲೂ

ಇತರರ ಅಭಿಪ್ರಾಯಗಳನ್ನೇ ನೆನಪಿಸಿಕೊಳ್ಳುತ್ತ ಸಂತಸದಲ್ಲೂ ದುಃಖವನ್ನೇ ಹುಡುಕುವವರಿದ್ದಾರೆ. ಮತ್ತೂ ವಿಚಿತ್ರವೆಂದರೆ ಯಾರಾದರೂ ಹೀಗೆ ಹೇಳಬಹುದು ಎಂಬ ದಿಗಿಲಿನಲ್ಲೇ ದಿನ ದೂಡುವವರು ನಮಗೆ ಎಲ್ಲೆಲ್ಲೂ ಕಾಣುತ್ತಾರೆ. ಬೇರೆಯವರು ಬಿಡಿ ನಾವೇ ಈ ರೀತಿಯ ಮನೋಭಾವದ ಶಿಕಾರಿಯಾಗಿರಬಹುದು.

ಇದನ್ನು ಬರೆಯುತ್ತಿರುವಾಗ ಐನ್‌ಸ್ಟೈನ್‌ರ ಬದುಕಿನ ಒಂದು ಘಟನೆ ನೆನಪಾಯಿತು. ಯಶಸ್ಸು ಸಿಗಲು ಏನು ಮಾಡಬೇಕು ಎಂದು ಯಾರೋ ಐನ್‌ಸ್ಟೈನ್ ಅವರನ್ನು ಕೇಳಿದರಂತೆ, ಆಗ ಅವರು ಯಶಸ್ಸು ಎಕ್ಸ್, ವೈ ಮತ್ತು ಝೆಡ್ ಸೇರಿ ಆಗುತ್ತದೆ. ಎಕ್ಸ್ ಎಂದರೆ ಪರಿಶ್ರಮ. ಇದು ಬಹು ಮುಖ್ಯ. ಏಕೆಂದರೆ ಕಷ್ಟಪಡದಿದ್ದರೆ ಯಾವುದನ್ನೂ ಸಾಧಿಸಲಾಗುವುದಿಲ್ಲ. ವೈ ಎಂದರೆ ಆಟ. ದೈಹಿಕ ಮತ್ತು ಮಾನಸಿಕ ಆರೋಗ್ಯವನ್ನು ಕಾಪಾಡಿಕೊಳ್ಳಬೇಕಿರುವುದು ಯಶಸ್ಸಿಗೆ ಅವಶ್ಯ ಎಂದರಂತೆ. ಸರಿ, ಆ ವ್ಯಕ್ತಿ ಕೇಳಿದ, ಝೆಡ್ ಎಂದರೇನು ಹಾಗಾದರೆ? ಅದಕ್ಕೆ ಐನ್‌ಸ್ಟೈನ್ ತಣ್ಣಗೆ ಹೇಳಿದರಂತೆ, ಟು ಕೀಪ್ ಯುವರ್ ಮೌತ್ ಶಟ್!! ಅಂದ್ರೆ ನಿಮ್ಮ ಬಾಯಿ ಮುಚ್ಚಿಕೊಂಡಿರುವುದು!

ಈ ಮಾತೂ ಅಷ್ಟೆ, ಹೌದು ಎಂದೆನಿಸುತ್ತದೇ ವಿನಃ ಅದರ ಒಳಹೊಕ್ಕು ನೋಡುವ ತಾಳ್ಮೆ ಯಾರಿಗೂ ಇರುವುದಿಲ್ಲ. ಬೇರೆಯವರು ನಮ್ಮ ಬಗ್ಗೆ ಏನೆಂದುಕೊಂಡರೂ ತಲೆಕೆಡಿಸಿಕೊಳ್ಳದೇ ಸುಮ್ಮನಿರುವುದು, ನಾವು ಯಾರ ಬಗ್ಗೆಯೂ ಬೇಡದ ಮಾತುಗಳನ್ನಾಡದೇ ಸುಮ್ಮನಿರುವುದು! ಆಹ್! ನಾವೆಲ್ಲ ಐನ್‌ಸ್ಟೈನ್‌ರ ಮಾತುಗಳ ಅರ್ಥವನ್ನು ಹೀಗೆ ಸರಿಯಾಗಿ ಮೆದುಳಿಗಿಳಿಸಿಕೊಂಡಿದ್ದರೆ! ಜಗತ್ತು ಹೇಗಿರುತ್ತಿತ್ತು ಅಲ್ವಾ? ಜಗತ್ತು ಇರಲಿ, ಕನಿಷ್ಠ ನಮ್ಮ, ನಮ್ಮ ಸುತ್ತಮುತ್ತಲಿನ ಬದುಕು ಹೇಗೆ ನಳನಳಿಸುತ್ತ ಇರುತ್ತಿತ್ತು?

ಉಹೂಂ, ನಮ್ಮ ಯೋಚನೆಯ ರೀತಿ ಬಹಳ ಮುಂದೆ ಹೋಗುವುದೇ ಇಲ್ಲ. ಅದು ನಮ್ಮ ನಮ್ಮ ಸುತ್ತಮುತ್ತಲಿನ ವಾತಾವರಣಕ್ಕನುಗುಣವಾಗಿ ನಿಲ್ಲುತ್ತ ಓಡುತ್ತ ಗೀರು ಬಿದ್ದ ಸೀಡಿ ಥರ ಕಿರಿಕಿರಿ ಮಾಡುತ್ತಿರುತ್ತದೆ. ಇಪ್ಪತ್ತು ಅಡಿ ಬಾವಿ ತೋಡಿ ನೀರು ಬರುವುದಿಲ್ಲ ಎಂದು ನಿಲ್ಲಿಸಿ ಗೊಣಗುತ್ತ ಬಾವಿಗೆ ಹೊಸ ಜಾಗ ಹುಡುಕುವವನ ಹಾಗೆ ನಾವೂ ಒಂದಲ್ಲ ಒಂದು ಕಿತಾಪತಿ ಮಾಡುತ್ತಿರುತ್ತೇವೆ. ಅಷ್ಟು ಆಳದಿಂದ ಮೇಲೆ ಬರುವ ಮೊದಲು ಇಷ್ಟು ತೋಡಿಯಾಗಿದೆಯಲ್ಲ, ಇನ್ನೊಂದು ಚೂರು ಪ್ರಯತ್ನ ಪಡೋಣ ಎಂದು ಯೋಚಿಸಲೂಬಹುದಿತ್ತು ಅವನು. ಹಾಗೆ ಯೋಚಿಸುವ ಕ್ಷಣವೇ ಸಾಧನೆಯ, ಸಂತಸದ ಬಾಗಿಲು. ಅದು ಅವನಿಗಂತೂ ಗೊತ್ತಾಗಲಿಲ್ಲ. ನಮಗಾದರೂ ತಿಳಿಯುತ್ತದೆಯೇ? ಗೊತ್ತಿಲ್ಲ.

ಪ್ರಯತ್ನವಿಲ್ಲದ ಬುದ್ಧಿವಂತಿಕೆಯಿಂದ ಪ್ರಯೋಜನವಿಲ್ಲ

■ ಬದುಕಿನಲ್ಲಿ ಯಶಸ್ವಿಯಾಗಬೇಕೆಂದುಕೊಂಡಿರುವವರು ಯಾರಿದ್ದೀರಿ ಎಂದು ಯಾವುದೇ ವಿದ್ಯಾರ್ಥಿಗಳ, ಯುವಜನರ ಸಮೂಹವನ್ನು ಕೇಳಿ ನೋಡಿ. ಎಲ್ಲ ಕೈಗಳೂ ಮೇಲೇಳುತ್ತವೆ. ಬರೀ ಯುವಕರು ಮಾತ್ರವಲ್ಲ, ಎಲ್ಲರಿಗೂ ಜೀವನದಲ್ಲಿ ಮುಂದೆ ಬರುವ ಬಯಕೆ, ಏನನ್ನಾದರೂ ಸಾಧಿಸುವ ಕನಸು.

ಆದರೆ ಎಲ್ಲರೂ ಯಶಸ್ವಿಯಾಗುವುದಿಲ್ಲ. ಕಾರಣ ದಿನನಿತ್ಯದ ಕೆಲಸಕ್ಕೂ, ಕನಸಿಗೂ, ಗುರಿಗೂ ವ್ಯತ್ಯಾಸವೇ ಬಹುತೇಕರಿಗೆ ಗೊತ್ತಿಲ್ಲ! ಉದಾಹರಣೆಗೆ ಪ್ರತೀ ದಿನ ಹತ್ತಿರದ ಅಂಗಡಿಯಿಂದ ಹಾಲು ತರುವುದು ಒಂದು ಕೆಲಸ. ನೀವು ಐದು, ಹತ್ತು, ಹದಿನೈದು ವರ್ಷಗಳ ಕಾಲ ಹಾಲು ತಂದರೂ ಅದು ವಿಶೇಷವಲ್ಲ. ಹಾಗಂತ ಹಾಲು, ತರಕಾರಿ ತರುವುದು, ನೆಲ ಗುಡಿಸಿ ಒರೆಸುವುದು ಎಲ್ಲವೂ ಕೆಲಸವೇ. ಅವನ್ನು ಮಾಡಲೇಬೇಕು. ಹಾಗೆಯೇ ಸಾಧನೆಯ ಬಗ್ಗೆ ಯೋಚಿಸುತ್ತಲೇ ಇರುವುದು ಕನಸು.

ಆದರೆ ಬದುಕಿನಲ್ಲಿ ಏನನ್ನಾದರೂ ಸಾಧಿಸಬೇಕೆಂದರೆ ಗುರಿಯೊಂದನ್ನು ಇಟ್ಟುಕೊಳ್ಳಬೇಕು. ಅದು ಪರೀಕ್ಷೆಯಲ್ಲಿ ಅಂಕ ಗಳಿಸುವುದಿರಬಹುದು, ಒಳ್ಳೆಯ ಕೆಲಸ ಪಡೆಯುವುದಿರಬಹುದು, ಉತ್ತಮ ಹಾಡುಗಾರರಾಗುವುದಿರಬಹುದು, ಚೆನ್ನಾಗಿ ಕೀಬೋರ್ಡ್ ನುಡಿಸುವುದನ್ನು ಕಲಿಯುವುದಾಗಿರಬಹುದು. ಇವೆಲ್ಲ ಒಂದೆರಡು ದಿನಗಳಲ್ಲಿ ಆಗುವಂಥದ್ದಲ್ಲ. ನಾವು ಯಾವುದೇ ಗುರಿ ಹಾಕಿಕೊಂಡಿರಲಿ, ಅದಕ್ಕೊಂದು ಯೋಜನೆ ಇರಬೇಕು. ಶ್ರದ್ಧೆಯಿಂದ ದಿನವೂ ಸಾಧನೆಗೆ ಸಮಯ ನೀಡುವುದರಿಂದ ದೀರ್ಘಕಾಲದಲ್ಲಿ ಅಪೂರ್ವ ಸಾಧನೆ ಮಾಡಬಹುದು.

ನಮಗಿರುವ ತೊಂದರೆ ಎಂದರೆ ನಾವು ದಿನನಿತ್ಯ ಮಾಡುವ ಕೆಲಸಗಳಲ್ಲಿ ಯಾವುದು ಪ್ರಮುಖ ಎಂದು ನಿರ್ಧರಿಸಿರುವುದಿಲ್ಲ. ನಾನು ಈಗ ಮಾಡುತ್ತಿರುವ ಕೆಲಸ ಎಷ್ಟು ಮುಖ್ಯ? ಇದಕ್ಕಿಂತ ಮುಖ್ಯ ಕೆಲಸ ಯಾವುದಾದರೂ ಇದೆಯೇ ಎಂಬುದನ್ನು ಗುರುತಿಸಬೇಕು. ಉದಾಹರಣೆಗೆ ಮುಂಬರುವ ಪರೀಕ್ಷೆಗೆ ಎಂಟು ದಿನದಲ್ಲಿ ಹದಿನಾರು ಪಾಠಗಳನ್ನು ಓದಬೇಕೆಂದು ಗುರಿ ಹಾಕಿಕೊಂಡಿದ್ದರೆ ದಿನಕ್ಕೆ ಎರಡು ಪಾಠ ಓದಲೇಬೇಕು. ನಿಮ್ಮ ಮೊದಲ ಕೆಲಸ ಆ ಎರಡು ಪಾಠ ಓದಿ ಮುಗಿಸುವುದಾಗಬೇಕು. ಆ ನಂತರವೇ ಬೇರೆ ವಿಚಾರ.

ದಿನನಿತ್ಯವೂ ಮಾಡುವ ಚಿಕ್ಕಪುಟ್ಟ ಕೆಲಸಗಳು ಅದ್ಭುತವಾದ ಫಲಿತಾಂಶ ನೀಡಬಲ್ಲವು. ಮನಸ್ಸಿನ ಒತ್ತಡ ಕಡಿಮೆ ಮಾಡಿಕೊಳ್ಳಬೇಕೆನ್ನುವವರು ದಿನನಿತ್ಯ ಒಂದು ಐದು ನಿಮಿಷ ದೀರ್ಘ ಉಸಿರಾಟ ಮಾಡಿದರೆ ಮನಸ್ಸು ನಿಯಂತ್ರಣಕ್ಕೆ ಬರುತ್ತದೆ. ನಮ್ಮ ಇಂಗ್ಲಿಷ್ ಭಾಷೆಯ ಶಬ್ದ ಕೋಶ ಉತ್ತಮಗೊಳ್ಳಬೇಕೆಂದರೆ ದಿನಕ್ಕೆ ಎರಡು ಹೊಸ ಶಬ್ದ ಕಲಿಯುವುದು, ಒಂದರ್ಧ ಪುಟ ಇಂಗ್ಲಿಷ್ ಓದುವುದು, ಇಂಗ್ಲಿಷ್ ತರಬೇತಿ ನೀಡುವುದಕ್ಕೇ ಇರುವ ಸಾವಿರಾರು ಯೂಟ್ಯೂಬ್ ವೀಡಿಯೋಗಳ ಪೈಕಿ ಒಂದನ್ನಾದರೂ ಐದು ನಿಮಿಷ ನೋಡುವುದು ಮಾಡಬೇಕು. ಹದಿನೈದು ನಿಮಿಷಗಳ ಕಾಲ ಒಂದು ವರ್ಷಕಾಲ ದಿನವೂ ಇದನ್ನು ಮಾಡಿದರೆ ಇಂಗ್ಲಿಷ್ ಭಾಷಾ ಸಾಮರ್ಥ್ಯ ಉತ್ತಮಗೊಳ್ಳುವುದರಲ್ಲಿ ಯಾವ ಸಂದೇಹವೂ ಇಲ್ಲ!! ಇದು ಯಾರಿಗೂ ಗೊತ್ತಿಲ್ಲದ ವಿಚಾರವಲ್ಲ! ಆದರೆ ಹದಿನೈದು ನಿಮಿಷ ಅದನ್ನು ಮಾಡುವುದಕ್ಕೇ ನಮಗೆ ಬೋರ್ ಆಗಿಬಿಡುತ್ತದೆ! ಐದು ನಿಮಿಷ ಪ್ರಾಣಯಾಮ ಮಾಡಲೂ ಸಮಯವಿಲ್ಲ!! ಅದೇ ಟಿವಿಯೆದುರು ಕೂತು ಅದೇ ಹಳಸಲು ಜೋಕುಗಳ, ಅಸಂಬದ್ಧ ಮಾತುಗಳ ಶೋಗಳನ್ನು ಎರಡು ಮೂರು ಗಂಟೆ ನೋಡಿ-ದರೆ ಏನೂ ಅನ್ನಿಸುವುದಿಲ್ಲ! ಸಾಮಾಜಿಕ ಜಾಲತಾಣಗಳಲ್ಲಿ ಗಂಟೆಗಟ್ಟಲೆ ಸಮಯ ವ್ಯರ್ಥ ಮಾಡಲು ಬೇಸರವೆನಿಸುವುದಿಲ್ಲ! ಹಾಗಾಗಿ ಯಾವ ಕೆಲಸ ನಮಗೆ ಮುಖ್ಯ ಎಂದು ನಿರ್ಧರಿಸಿಕೊಂಡು ಅದಕ್ಕೆ ಮಹತ್ವ ಕೊಡುವುದು

ಬಹು ಮುಖ್ಯ. ಇಲ್ಲದಿದ್ದರೆ ಬೇರೆ ಬೇರೆ ಕೆಲಸಗಳಲ್ಲಿ ಸೋರಿ ಹೋಗುವ ಸಮಯವನ್ನು ಹೇಗೆ ಉಪಯೋಗಿಸುವುದು ಎಂದೇ ಗೊತ್ತಾಗುವುದಿಲ್ಲ. ಕಷ್ಟದ ಕೆಲಸಗಳಿಗಿಂತ ಸುಲಭವಾದ ಕೆಲಸಗಳೆಡೆ ಆಕರ್ಷಿತವಾಗುವುದು ಮನಸ್ಸಿನ ಸ್ವಭಾವ. ಅದಕ್ಕೆ ತಕ್ಕಂತೆ ತಾಳ ಹಾಕಿದರೆ ನಾವು ಮಾಡಬೇಕು ಅಂದುಕೊಂಡ ಕೆಲಸಗಳೆಲ್ಲ ಹಾಗೆಯೇ ಉಳಿದುಬಿಡುತ್ತವೆ.

ಬಹುಶಃ ಯಶಸ್ವೀ ಮತ್ತು ಅಯಶಸ್ವೀ ವ್ಯಕ್ತಿಗಳ ನಡುವೆ ಇರುವ ವ್ಯತ್ಯಾಸವೆಂದರೆ ಅದೇ! ಸಾಧಕರು ಮುಖ್ಯ ವಿಷಯಗಳಿಗೆ ಮಹತ್ವ ಕೊಡುತ್ತಾರೆ ಅಷ್ಟೇ ಅಲ್ಲ, ದಿನದಿನದ ಕೆಲಸವನ್ನು ನಿಗದಿತ ಸಮಯ ಹೊಂದಿಸಿಕೊಳ್ಳುವುದರ ಮೂಲಕ ಅಂದಂದೇ ಮುಗಿಸಿಬಿಡುತ್ತಾರೆ. ಕೇವಲ ಜೀನಿಯಸ್ ಇರುವವರು, ಅದ್ಭುತ ಐಕ್ಯೂ ಹೊಂದಿರುವವರು ಮಾತ್ರ ಯಶಸ್ವೀ ವ್ಯಕ್ತಿಗಳಾಗುತ್ತಾರೆಂಬುದನ್ನು ಸುಳ್ಳು ಮಾಡಿ ಅಪರೂಪದ ಸಾಧನೆಗೈದ ಸಾಧಾರಣ ವ್ಯಕ್ತಿಗಳೆಲ್ಲರೂ ಅನುಸರಿಸಿದ ಮಾರ್ಗ ಇದೇ!! ದೊಡ್ಡ ಗುರಿಯೊಂದನ್ನು ಇಟ್ಟುಕೊಳ್ಳುವುದು, ಮತ್ತು ದಿನವೂ ಅದನ್ನು ತಲುಪಲು, ಯಾವ ಅಡೆತಡೆ ಬಂದರೂ, ನಿರಂತರವಾಗಿ ಕೆಲಸ ಮಾಡುವುದು!

ನಮ್ಮ ಗುರಿಯೆಡೆಗೆ ಲಕ್ಷ್ಯ ಹರಿಸಿದಾಗ ಮುಖ್ಯವಲ್ಲದ ವಿಷಯಗಳ ಬಗ್ಗೆ ಗಮನ ಕೊಡಲು ಹೋಗಬಾರದು. ಯಾವುದಾದರೂ ಮುಲಾಜಿಗೆ ಸಿಕ್ಕು ನಾವು ನಮಗಿಷ್ಟವಿಲ್ಲದ ಕೆಲಸ ಮಾಡುತ್ತಿರುತ್ತೇವೆ. ಆದರೆ ನಮಗೆ ಯಾವುದು ಮುಖ್ಯವೋ ಅದನ್ನು ಮಾಡಿ ಮುಗಿಸಲು ಬೇಡದ ಅಷ್ಟು ಪ್ರಮುಖವಲ್ಲದ ವಿಚಾರಗಳನ್ನು ಕೈ ಬಿಡುವುದು ಅನಿವಾರ್ಯ. ದೊಡ್ಡಪ್ಪನ ಮಗಳ ಮದುವೆ ಏನಾದರೂ ಮುಖ್ಯಪರೀಕ್ಷೆ ಒಂದು ವಾರವಿರುವಾಗ ಬಂದರೆ ಹೋಗಬೇಕೆಂದಿಲ್ಲ. ಪರೀಕ್ಷೆ ಮುಗಿದ ಮೇಲೂ ಹೋಗಿ ಮಾತಾಡಿಸಿಕೊಂಡು ಬರಬಹುದು. ನಮಗೆ ನಮ್ಮ ಗುರಿಯ ಬಗ್ಗೆ ಸ್ಪಷ್ಟತೆ ಇದ್ದರೆ ಯಾರೂ ಏನೂ ಅಂದುಕೊಳ್ಳುವುದಿಲ್ಲ.

ಇದೊಂದು ಉದಾಹರಣೆ ಮಾತ್ರ. ನಾವು ದೀರ್ಘಕಾಲೀನ ಗುರಿಗಳನ್ನು ಇಟ್ಟುಕೊಂಡಾಗ ಶಿಸ್ತು ಅತೀ ಮುಖ್ಯ. ಪರೀಕ್ಷೆಯಲ್ಲಿ ಅತ್ಯುತ್ತಮ ಅಂಕ ಗಳಿಸಲು, ಲಕ್ಷ ಲಕ್ಷ ಮಂದಿ ಕೂರುವ ಸ್ಪರ್ಧಾತ್ಮಕ ಪರೀಕ್ಷೆಗಳಲ್ಲಿ ಉನ್ನತ ಸ್ಥಾನ ಪಡೆದು ಕೆಲಸ ಗಿಟ್ಟಿಸಿಕೊಳ್ಳಲು, ವ್ಯವಹಾರದಲ್ಲಿ ಅಭಿವೃದ್ಧಿ ಸಾಧಿಸಲು ಎಲ್ಲದಕ್ಕೂ ದಿನವೂ ಪ್ರಯತ್ನ ಪಡಬೇಕು. ಪ್ರತೀ ದಿನ ನಾವು ಮಾಡುವ ಅತೀ ಚಿಕ್ಕ ಕೆಲಸಗಳೇ ನಮ್ಮನ್ನು ಯಶಸ್ವಿಯಾಗಿಸುತ್ತವೆ. ಯಾವುದಾದರೂ ದೊಡ್ಡ ಸಾಧನೆಯ ಹಿಂದೆ ವರ್ಷ ವರ್ಷಗಳ, ಹಲವು ತಿಂಗಳುಗಳ ಕಠಿಣ ಶ್ರಮ ಇರುತ್ತದೆ. ರೋಮ್ ಅಷ್ಟೇ ಅಲ್ಲ ಯಾವ ಸಾಮ್ರಾಜ್ಯವನ್ನೂ ಒಂದು ದಿನದಲ್ಲಿ ಕಟ್ಟಲಾಗಿಲ್ಲ ಎಂಬುದನ್ನು ನೆನಪಿಟ್ಟುಕೊಳ್ಳಬೇಕು.

ಬಹಳ ಜನರು ಇವೆಲ್ಲವನ್ನೂ ತಿಳಿದುಕೊಂಡು ಕೆಲಸ ಆರಂಭಿಸುತ್ತಾರೆ. ಈ ಸಲ ಪೋಲೀಸ್ ಸಬ್ ಇನ್ಸಪೆಕ್ಟರ್ ಹುದ್ದೆಗೆ ಅರ್ಜಿ ಹಾಕಿದ್ದೇನೆ, ನಾಳೆಯಿಂದ ದಿನಕ್ಕೆ ಹತ್ತು ಗಂಟೆ ಓದುತ್ತೇನೆ. ಸರಿ, ಡೈರಿಯಲ್ಲಿ ಬರೆದಾಯಿತು, ಟೈಂ ಟೇಬಲ್ ಮಾಡಾಯಿತು. ವಿವೇಕಾನಂದರ, ಸ್ಟೀವ್ ಜಾಬ್ಸ್ ಅವರ ನುಡಿಗಳನ್ನು, ಕನ್ನಡಿಗೆ ಅಂಟಿಸಿಕೊಂಡಾಯಿತು. ಮಾರನೇ ದಿನ ಹತ್ತು ಗಂಟೆ ಓದಿಯೂ ಆಯಿತು. ಅದರ ಮಾರನೇ ದಿನ ಹತ್ತು ಗಂಟೆ ಆರು ಗಂಟೆಯಾಗಿ, ಮುಂದಿನ ದಿನ ಆರು ಗಂಟೆ ಎರಡು ಗಂಟೆಯಾಗಿ ಮುಂದಿನ ಎರಡು ದಿನಗಳಲ್ಲಿ ಹತ್ತು ನಿಮಿಷವೂ ಪುಸ್ತಕ ಮುಟ್ಟಲೂ ಬೇಜಾರಾಗಿ ಥತ್, ಪಿಎಸ್ಐ ಆಗೋದು ಮಾತ್ರ ಉದ್ಯೋಗವಾ? ಬದುಕೋಕೆ ನೂರು ದಾರಿ ಇದೆ ಎಂದು ಪರೀಕ್ಷೆ ಬರೆವ ವಿಚಾರವನ್ನೇ ಕೈಬಿಟ್ಟೂ ಆಯಿತು. ಇದೊಂದೇ ಪರೀಕ್ಷೆಯಲ್ಲ, ಶಿಕ್ಷಕರ ಉಪನ್ಯಾಸಕರ ಹುದ್ದೆಗಾಗಿನ ಅರ್ಹತಾ ಪರೀಕ್ಷೆ, ವೈದ್ಯಕೀಯ ಪ್ರವೇಶ ಪರೀಕ್ಷೆ, ರಾಷ್ಟ್ರಮಟ್ಟದ ಇನ್ನಿತರ ಪರೀಕ್ಷೆಗಳು ಮುಂತಾದವನ್ನು ಬರೆವ ನೂರಕ್ಕೆ ತೊಂಭತ್ತು ಮಂದಿಯ ಅವಸ್ಥೆ ಇದೇ. ಪ್ರತೀವರ್ಷ ಐಎಎಸ್ ಹುದ್ದೆಯಿಂದ ಹಿಡಿದು ಎರಡನೇ ದರ್ಜೆಯ ಗುಮಾಸ್ತರ ಹುದ್ದೆಯವರೆಗೂ ನೂರಾರು ಪರೀಕ್ಷೆಗಳು ನಡೆಯುತ್ತವೆ. ಒಂದೊಂದು ಪರೀಕ್ಷೆಗೆ ಬರುವ ಅರ್ಜಿಗಳೋ ಈಗ ಸಾವಿರ ದಾಟಿ ಲಕ್ಷವಾಗಿವೆ. ಆದರೆ ಶಿಸ್ತಿನಿಂದ ಓದುವವರು ಎಷ್ಟು ಜನ ಎಂದರೆ ಬೆರಳೆಣಿಕೆಯಷ್ಟು. ಹಾಗಾಗಿ ಉದ್ಯೋಗಾಕಾಂಕ್ಷಿಗಳಿಗೆ ಒಂದು ಮಾತು. ಹುದ್ದೆಗಳೆಲ್ಲ ಬುದ್ಧಿವಂತರಿಗೇ ಸಿಗುವುದು ಎಂದು ಯಾರೂ ನಿರಾಶರಾಗುವ ಅಗತ್ಯವಿಲ್ಲ. ಪ್ರಯತ್ನ ಪಡದ ಜಾಣನಿಗಿಂತ ಸತತ ಪ್ರಯತ್ನ ಪಡುವ ಸಾಧಾರಣ ಬುದ್ಧಿಮತ್ತೆಯವನು ಯಶಸ್ಸು ಗಳಿಸುತ್ತಾನೆ. ಯಾವುದಾದರೂ ಕೋಚಿಂಗ್ ಕೇಂದ್ರದಿಂದಲೋ, ಯೂಟ್ಯೂಬ್‌ನಿಂದಲೋ, ಅಥವಾ ಈ ಬಗ್ಗೆ ಮಾಹಿತಿ ಇದ್ದವರಿಂದ ಸಲಹೆ ಪಡೆದು, ಸಿಲಬಸ್‌ನಲ್ಲಿ ಏನಿದೆ ಎಂದು ನೋಡಿ, ವಿಷಯವಸ್ತು ಸಂಗ್ರಹಿಸಿ ದಿನಕ್ಕಿಷ್ಟು ಓದಿ ಮುಗಿಸಿ ಅದನ್ನೇ ನಿರಂತರವಾಗಿ ಮಾಡಿನೋಡಿ! ನಿಮಗಲ್ಲದೆ ಇನ್ಯಾರಿಗೆ ಯಶಸ್ಸು ಸಿಕ್ಕೀತು? ಇದು ಎಲ್ಲ ಕ್ಷೇತ್ರದವರಿಗೂ ಅನ್ವಯಿಸುತ್ತದೆ. ಪ್ರಯತ್ನವಿಲ್ಲದ ಬುದ್ಧಿವಂತಿಕೆ ಯಾವ ಪ್ರಯೋಜನಕ್ಕೂ ಇಲ್ಲ ಎನ್ನುವುದನ್ನು ಅರ್ಥಮಾಡಿಕೊಂಡು ಇನ್ನಾದರೂ ಎದ್ದು ಮುಂದಕ್ಕೆ ಹೆಜ್ಜೆಗಳನ್ನಿಡೋಣ. ಏನಂತೀರಿ?

ವೀರಲೋಕದ ಪ್ರಕಟಣೆಗಳು

1. ಕೈ ಹಿಡಿದು ನೀ ನಡೆಸು ತಂದೆ
2. ವಿಶ್ವಸುಂದರಿ
3. ಇವರು ಅವರು ದೇವರು
4. ಒಳ್ಳೆಯ ಬದುಕಿನ ಸೂತ್ರಗಳು
5. ಬೆಳ್ಳಿತೆರೆಯ ಬಂಗಾರದ ಗೆರೆ
6. ಸೋಲೆಂಬ ಗೆಲುವು
7. ಲಾಸ್ಟ್ ಡೇಸ್ ಆಫ್ ಲೆಜೆಂಡ್ಸ್
8. ಮನಿ ಮನಿ ಎಕಾನಮಿ
9. ನಿಮಗೆಷ್ಟು ಹಣ ಬೇಕು?
10. ಆರ್ಟ್ ಆಫ್ ಸಕ್ಸಸ್
11. ಮಾದಕ ದೊರೆ
12. ನಟನ ಕಥೆ–ಮಂಡ್ಯ ರಮೇಶ್
13. ಬದುಕೇ ಭಗವಂತ
14. ತ್ಯಾಗಕ್ಕಿಲ್ಲ ನೂಕುನುಗ್ಗಲು
15. ಕೃಷಿ ಯಾಕೆ ಖುಷಿ?
16. ಮೆಮರೀಸ್ ಆಫ್ ಬಾರ್ಸಾ
17. ಹಿಂದಿನ ನಿಲ್ದಾಣ
18. ಪ್ರೀತ್‌ಸು
19. ಕಥಾ ಸಾಗರಿ
20. ಹೃದಯದ ಮಾತು ಕೇಳಿ
21. ದ್ವೈತ
22. ಕ್ಷಯ
23. ಯಾರೂ ಹೇಳದ ಕಥೆಗಳು
24. ಅರ್ಧ ಬಿಸಿಲು ಅರ್ಧ ಮಳೆ...
25. ಗದಾಯುದ್ಧಂ
26. ಫಾರೆಸ್ಟರ್ ಪೊನ್ನಪ್ಪ
27. ನಾ ಸೆರೆಹಿಡಿದ ಕನ್ಯಾಸ್ತ್ರೀ
28. ವಿಶ್ವಯಾನಕ್ಕೆ ಗಣಿತವಾಹನ
29. ಮೇರುನಟ
30. ಟ್ರಾಯ್
31. ಕುಣಿಗಲ್ ಟು ಕಂದಹಾರ್
32. ಲೆಟ್ಸ್ ಮೇಕ್ ಎ ಶಾರ್ಟ್ ಫಿಲಂ
33. ಫೀನಿಕ್ಸ್
34. ಹಿಟ್ಲರ್ ಲವ್ ಪಾಲಿಟಿಕ್ಸ್
35. ಭಾನುಮತಿಯ ಪರಿವಾರ
36. ನೀ ದೂರ ಹೋದಾಗ
37. ವ್ಯಗ್ರ ಮತ್ತು ಇತರ ಕಾದಂಬರಿಗಳು
38. ಸತ್ಯದ ಅನಾವರಣ
39. ಕಾತ್ಯಾಯಿನಿ ಮತ್ತು ಇತರ ಕಥೆಗಳು
40. ಅನಾಥ ಪ್ರೀತಿಯ ಅನುಬಂಧ
41. ಹಾವಿನ ಮನೆ